பால காண்டம்

D1680600

நா.முத்துக்குமார்

டிஸ்கவரி பப்ளிகேஷன்ஸ்

எண்: 9, பிளாட் எண்: 1080A, ரோஹிணி பிளாட்ஸ்

முனுசாமி சாலை, கே.கே.நகர் மேற்கு,

சென்னை - 600 078. பேச: 99404 46650

வெளியீட்டு எண்: 0375

பால காண்டம்
ஆசிரியர்: நா.முத்துக்குமார்

Bala kandam
Na.Muthukumar

Copyright: Jeeva Muthukumar©

1st Edition: Dec - 2020 - 6th Nov - 2024

ISBN: 978-93-89857-39-9

Pages: 72.

Rs. 100

Publisher • *Sales Rights*

Discovery Publications	**Discovery Book Palace (P) Ltd**
No. 9, Plot,1080A, Rohini Flats, Munusamy Salai, K.K.Nagar West, Chennai - 78. Tamilnadu, India. Mobile: +91 99404 46650	No. 1055-B, Munusamy Salai, K.K.Nagar West, Chennai-600 078. Ph: (044) 4855 7525 Mobile: +91 87545 07070

discoverybookpalace@gmail.com / www.discoverybookpalace.com

இந்த நூலில் பிரசுரமாகியுள்ள எந்த ஒரு பகுதியையும் பதிப்பாளரின் எழுத்துபூர்வமான முன்அனுமதி பெறாமல் எடுத்தாள்வதோ, மறுபிரசுரம் செய்வதோ, மொழியாக்கம் செய்வதோ, அச்சு மற்றும் மின்னணு ஊடகங்களில் மறுபதிப்பு செய்வதோ, காப்புரிமைச் சட்டப்படி தடை செய்யப்பட்டுள்ளது. இந்த நூலிலிருந்து குறிப்பிட்ட பகுதிகளை மேற்கோள் காட்டி புத்தக விமர்சனம் செய்ய, ஊடகங்களுக்கு மட்டும் அனுமதி உண்டு.

உங்கள் மொபைல் போனிலிருந்து ஸ்கேன் செய்து டிஸ்கவரி புக் பேலஸின் மொபைல் ஆப்பை டவுன்லோடு செய்து, புத்தகங்களை வாங்குங்கள்.

சமர்ப்பணம்
எஸ்.கே.பி.கருணாவுக்கும்
இ.எல்.கே.ஆன்டனிக்கும்

அப்பாவின் புத்தகம்

அப்பாவின் கண்களைப் பார்த்தால்
தீ போல தெரியும்!
அவர் எழுதிய வரிகளோ
பூ போல விரியும்!

அப்பாவின் கைகள்
இரும்பு போல இருக்கும்!
அவரின் கற்பனைகளோ
எரிமலைக் குழம்பு போல தெறிக்கும்!

அப்பாவின் கால்கள் புலிபோல்
பதுங்கிச் செல்லும்!
அவரின் கருத்துகளோ
எங்கிருந்தாலும் அது வெல்லும்!

அப்பாவின் மூளை அவரது கற்பனைச்
சாலையைக் கடக்கும்!
இது எனது வரப்போகும்
கவிதைப் புத்தகத்தின் தொடக்கம்!

அப்பாவின் புத்தத்தை வாங்கி
தமிழ் வளர்க்க வாருங்கள்!
எங்கள் குடும்பத்தில்
நீங்களும் ஒன்றாகச் சேருங்கள்!

நன்றி
கவிஞர் **ஆதவன் முத்துக்குமார்**.

டிசம்பர் - 2020

நா.முத்துக்குமார் (1975)

காஞ்சிபுரம் அருகில் உள்ள கன்னிகாபுரம்தான் நா.முத்துக்குமாரின் சொந்த ஊர். தறிக்கூடத்தின் ஒலியில் வளர்ந்த இவர், கிராம பள்ளிக்கூடத்தில் படித்துமுடித்து, காஞ்சிபுரம் பச்சையப்பனில் இளங்கலை இயற்பியல் பட்டமும், சென்னை பச்சையப்பன் கல்லூரியில் முதுகலை தமிழ் இலக்கியப் பட்டமும், சென்னை பல்கலைக்கழகத்தில் திரைப்பாடல் ஆய்வுக்காக முனைவர் பட்டமும் பெற்றவர்.

இவரது கவிதைகள், ஆங்கிலம், மலையாளம், இந்தி, பிரெஞ்சு, ஜெர்மன் ஆகிய மொழிகளில் மொழிபெயர்க்கப்பட்டு, பல்வேறு பல்கலைக்கழகங்களில் பாடத்திட்டமாகவும் வைக்கப்பட்டுள்ளன.

'பட்டாம்பூச்சி விற்பவன்' தொகுப்புக்காக 1997ம் ஆண்டின் 'ஸ்டேட் பாங்க் விருது' பெற்றுள்ளார். 1999ஆம் ஆண்டிலிருந்து திரைப்படங்களுக்குப் பாடல்கள் எழுதி வந்த நா.முத்துக்குமார், திரைஇசைப் பாடல்களுக்காக, சிறந்த பாடலாசிரியருக்கான இந்திய அரசின் தேசிய விருது, பிலிம்ஃபேர் விருது, தமிழக அரசின் கலைமாமணி விருது மற்றும் சிறந்த பாடலாசிரியர் விருது என பல விருதுகளையும் பெற்றுள்ளார்.

நா.முத்துக்குமாரின் அனைத்து நூல்களையும் அவரது நினைவுப் பதிப்பாக வெளியிடுவதில் டிஸ்கவரி புக் பேலஸ் பெருமைகொள்கிறது.

இந்த நூல்கள் வெளிவருவதற்குப் பெரிதும் துணையாக இருந்த திரைப்பட இயக்குனர்கள் ஏ.எல்.விஜய், அஜயன் பாலா, படைப்பாளர்கள் பவா செல்லதுரை, கே.வி.ஷைலஜா வழக்கறிஞர் சுமதி ஆகியோருக்கும் மற்றும் நூல்களை வெளியிட அனுமதி தந்த நா.முத்துக்குமாரின் மனைவி ஜீவா, மகன் ஆதவன் முத்துக்குமார் ஆகியோருக்கும் நெஞ்சார்ந்த நன்றிகள்.

நூல்களின் விற்பனை மூலம் பெறப்படும் தொகையில், ஒரு பகுதி நா.முத்துக்குமாரின் குடும்பத்தினருக்கு அளிக்கப்படுகிறது என்பதினால் வாசகர்களும் பெருமையடையலாம்.

- பதிப்பாளர்

நன்றி

திரு ராவ் மற்றும்
குங்குமம் ஆசிரியர் குழு

பொருளடக்கம்

இரண்டாம் தொப்புள் கொடி	9
தாஜ்மஹால் தாசன்	14
$(a+b)^2 = a^2+b^2+2ab$	18
தேடித் தேடி தொலைந்தவன்	23
கேளுங்கள், கொடுக்கப்படாது	28
எழுத்து, பொருள், சொல்	32
வெந்து தணிந்த காடு	36
ஒரு ரூபாய் ரகசியம்	40
பவழ நாட்டு இளவரசன்	45
அஞ்சு ரூபா டாக்டர்	49
காலம் எழுதும் கடிதம்	53
நிலா மிதக்கும் பள்ளங்கள்	57
கடவுளைக் கண்ட இடங்கள்	61
வளர்சிதை மாற்றம்	65
மாய சிலேட்டுப் பலகை	69

இரண்டாம் தொப்புள்கொடி

'நானும் அவளும்
எதிரெதிரே வைக்கப்பட்ட
இரண்டு நிலைக் கண்ணாடிகள்
பிம்பத்துக்குள் பிம்பமாய்
பிரதிபலித்துக்கொண்டு
இரவும் பகலுமாய் நீளும் பயணத்தில்
யார் பிம்பம்? யார் பிரதிபிம்பம்?'

- கவிஞர் இந்திரன்
('மிக அருகில் கடல்' தொகுப்பிலிருந்து...)

ஒவ்வொரு உறவுக்கும் ஒரு வாசனை இருக்கிறது. அம்மாவிடம் விபூதி வாசனை. மனைவியிடம் பூ வாசனை. அண்ணனிடம் ரத்த வாசனை. அக்காவிடம் கண்ணீர் வாசனை.

காலந்தோறும் அம்மாவின் கண்ணீரைவிட அக்காவின் கண்ணீருக்கு அடர்த்தி அதிகம்.

அம்மாவின் கண்ணீரில் ஒவ்வொரு துளியிலும் நமக்கான மன்னிப்பு ஒளிந்திருக்கிறது. அது எளிதில் உலர்ந்துவிடக்கூடியது.

அக்காவின் கண்ணீர் அப்படியல்ல. அதன் ஒவ்வொரு துளியிலும் நம் குற்றவுணர்ச்சி கலந்திருக்கிறது. அந்தக் கண்ணீரின் நிழல் எங்கு சென்றாலும் நம் காலடியில் தொடர்ந்து கொண்டிருக்கும்.

அக்காக்களை நேசிக்காத தம்பிகள் உண்டா? உண்மையில் நம் இரண்டாம் தொப்புள்கொடி அக்காவிடம் இருந்தே கிளை பிரிகிறது.

“என் தம்பிக்கு ரொம்பப் பிடிக்கும்” என்று சொல்லி, கல்யாணவீட்டுச் சாப்பாட்டு பந்தியிலிருந்து லட்டையும், வடையையும் கைக்குட்டையில் முடிந்து வீட்டுக்கு எடுத்து வரும் அக்காக்களும்; “என் தம்பியை எதுக்குடா அடிச்சே?” என்று விளையாட்டு மைதானத்துக்கு வந்து வளர்ந்த பையன்களிடம் சண்டைபோடும் அக்காக்களும் இன்னமும் நம்மிடையே வாழ்ந்துகொண்டுதானிருக்கிறார்கள்.

அக்காக்கள் இல்லாத வீடு அரை வீடு.

அந்த வீட்டு முற்றத்தில் படரும் பவழமல்லிகள் கொடியிலேயே பூத்து, கொடியிலேயே உதிர்கின்றன.

மார்கழி வாசல் கோலங்களில் பூசணிப் பூக்களுக்கு பதில் வெறுமை குடியிருக்கிறது. காலிக் குழிக்கு அடுத்து புதையல் இல்லாத பல்லாங்குழியும்; ஊஞ்சல் ஆடாத நெல்லி மரமும்; கொலுசுக் கால் சத்தமிழந்த கிணற்றடியும்; ஈர தாவணி உலராத கொடிக்கயிறும், அக்கா தங்கைகளுடன் பிறக்காமல் ஆண்பிள்ளைகள் மட்டுமே வளரும் வீட்டை வெற்றிடமாக்குகின்றன.

நான் அக்கா தங்கைகளுடன் பிறக்காதவன். தம்பிகளுடன் வளர்ந்தவன். எங்கள் வீட்டில் நான் இருந்ததைவிட நண்பர்களின் வீட்டில்தான் அதிக நேரம் இருப்பேன். நண்பர்களின் அக்காக்கள்தான் எனக்கும் அக்காக்களாக இருந்தார்கள்.

ஒரு அக்கா நான் பத்தாம் வகுப்பு பொதுத்தேர்வில் தேர்ச்சியடைய வேண்டுமென்பதற்காக திட்டித் திட்டி, நாத்திகனான என்னை சர்ச்சுக்கு அழைத்துச் சென்று முட்டி போட வைத்து பிரார்த்தனை செய்தது.

இன்னொரு அக்கா, தன் தோழிகளுடன் சுற்றுலா செல்கையில் மகாபலிபுரத்திலிருந்து எனக்கும் சேர்த்து ஓவியம் வரைந்த வெண்சங்கு வாங்கி வந்தது.

பிறிதொரு அக்கா, “அந்தப் பையன் என்னை லவ் பண்றேன்னு சொல்றான்... எனக்குப் புடிச்சிருக்கு... ஆனா, இந்த மாதிரி லூஸ்தனமா டிரெஸ் பண்ணக் கூடாதுன்னு போய் சொல்றா”

என்று பெருமாள்கோயில் குளக்கரையில் நூறுகால் மண்டபத்து சிற்பங்களுக்கு நடுவே என் இரண்டு கால்களும் உதற தூது அனுப்பியது. சிறுகச் சிறுக என் ஆளுமையைச் செதுக்கி நெறிப்படுத்தியது அந்த அக்காக்கள்தான்.

வாழ்க்கை ஒரு மகாநதியாக ஓடிக்கொண்டிருக்கிறது. அதில் மிதக்கும் ஒரு காய்ந்த சருகைப்போல நம் பால்யமும் வயதும் நம்மை வேறொரு கரைக்குக் கொண்டுவந்து நிறுத்திவிடுகிறது.

சென்ற மாதம் பள்ளியில் உடன் படித்த நெருங்கிய நண்பனொருவன் தொலைபேசியில் என்னைத் தொடர்பு கொண்டான். பதற்றம் கலந்த, உடைந்த குரலில்...

"டேய் நான் பாபு பேசறேன்டா" என்றான்.

"சொல்றா" என்றேன்.

"எங்க சண்முகம் மாமா எறந்துட்டார்டா" என்றான், அழுதபடி.

"அய்யய்யோ எப்படி?"

"மஞ்சக்காமாலைடா'.'

"நான் உடனே வர்றேன்."

ஊருக்கு செல்லும் வழியில் பாபுவையும் அவன் குடும்பத்தைப் பற்றியும் யோசித்துக்கொண்டு சென்றேன்.

பாபுவுக்கு அப்பா கிடையாது. அவன் பிறந்து மூன்று வருடம் கழித்து ஒரு சாலைவிபத்தில் இறந்துவிட்டார். அவன் தங்கை அப்போது கைக்குழந்தை. குழந்தை களுடன் பிறந்த வீடு வந்துவிட்டார் பாபுவின் அம்மா.

நிராதரவாகிவிட்ட அக்காவின் குடும்பத்துக்காக நாற்பது வயதைத் தாண்டியும் திருமணம் செய்துகொள்ளாமல் பாபுவின் தாய் மாமனான சண்முகம் வாழ்ந்து வந்தார். பார்ப்பதற்கு அழகாக நடிகர் சரத்பாபுவைப் போலிருப்பார். தாலுகா ஆஃபீஸில் கடைநிலை ஊழியர் பணி. நிறைய உறவுக்காரர்கள் தங்கள் பெண்ணைத் திருமணம் செய்து கொள்ளச் சொல்லி அவரை வற்புறுத்தினார்களாம். ஆயினும் மறுத்துவிட்டாராம்.

"எங்க அக்கா அடுப்படியில் வெந்து, இட்லி சுட்டு வித்து என்னைப் படிக்க வெச்சுச்சு. இப்ப ரெண்டு குழந்தைகளோட

தனியா நிக்குது. ஆம்பளை மனசு அலைபாயிற மனசு. நாளைக்கே எனக்குக் கல்யாணமாகி பொண்டாட்டி பேச்சைக் கேட்டு இவங்கள நடுத்தெருவுல நிறுத்திட்டேன்னா... அப்புறம் எங்க அக்காவோட கண்ணீரு என்னைத் துரத்திட்டே இருக்கும். எனக்குக் கல்யாணம் வேணாம். இருக்குற வரைக்கும் இவங்களுக்காக இருந்துட்டுப் போறேன்" என்றாராம்.

இந்தத் தகவல்கள் எல்லாம் பாபுவின் பாட்டியிடமிருந்து சிறு வயதில் நாங்கள் சேகரித்தவை.

நாங்கள் அவரை மாமா என்றுதான் அழைப்போம். சண்முகம் மாமாதான் எங்களுக்கு கிரிக்கெட் விளையாடக் கற்றுக்கொடுத்தார். ஒரு நாளைக்கு ஒரு ஆங்கில வார்த்தையையும் அதன் அர்த்தத்தையும் அகராதியில் இருந்து மனப்பாடம் செய்யும் பழக்கத்தைச் சொல்லித்தந்தார்.

அவர் கம்யூனிஸ்ட் கட்சியில் உறுப்பினராயிருந்தார். மாலையில் அவரைத் தேடி "வணக்கம் காம்ரேட்" என்றபடி தோழர்கள் வந்துவிடுவார்கள்.

பாபு வீட்டுத் திண்ணையில் ஒரு பக்கம் அவர்கள் புரட்சி யைப் பற்றி விவாதித்துக்கொண்டிருக்க, மறுபக்கம் நாங்கள் பித்தாகரஸ் தியரத்தை உருப்போட்டுக்கொண்டிருப்போம்.

அந்தத் திண்ணைக்கு நடுவே உள்ள வராந்தாவில் மர பெஞ்சில் சண்முகம் மாமாவின் உடல் மாலைகளுடன் வைக்கப் பட்டிருந்தது. பக்கத்தில் பாபுவின் அம்மா, அழுது அழுது வீங்கிய கண்களுடன் தேம்பிக்கொண்டிருந்தார்.

என்னைப் பார்த்ததும் பாபு ஓடிவந்து கட்டிக் கொண்டான். "போன மாசம்தான்டா டைடல் பார்க்குல வேலைக்குச் சேர்ந்தேன். எங்க பாபுக்கு வேலை கெடைச்சிடுச்சின்னு ஊர் முழுக்க சொல்லிட்டிருந்தாரு. முதல் மாசம் சம்பளம்கூட வாங்கல... அதுக்குள்ள..." என்றான், அழுதபடி.

ஏதும் சொல்ல வார்த்தைகளற்று அவன் உள்ளங்கையை அழுத்திக்கொண்டிருந்தேன்.

மாலையில் உடலை சுடுகாட்டுக்கு எடுத்துச் செல்கையில் பெண்கள் சுடுகாட்டுக்கு வரக் கூடாது என்றதையும் மீறி பாபுவின் அம்மா உடன் வந்தார்கள்.

எல்லாச் சடங்குகளும் முடிந்து பாபு கொள்ளி வைக்கப் போகும் தருணத்தில், "அதை இங்க கொடுடா, நான் கொள்ளி வெச்சாதான் அவன் உடம்பு வேகும்" என்றபடி பாபுவின் கையில இருந்த தீப்பந்தத்தை வாங்கி பாபுவின் அம்மா கொள்ளி வைக்க, கூட்டம் மௌனமாக நின்று கொண்டிருந்தது.

"என் தம்பிய எப்படியெல்லாம் வளர்த்தேன்... எல்லாம் நெருப்புகிட்ட கொடுக்கத்தானா..?" என்றபடி, சுடுகாட்டு ஓரத்தில் ஓங்கிக் குரலெடுத்து பாபுவின் அம்மா அழத் தொடங்க, ஒவ்வொரு துளியாய் அந்தக் கண்ணீர் சுடுகாட்டு மண்ணில் உதிர்ந்துகொண்டிருந்தது.

அக்காக்களின் கண்ணீருக்கு அடர்த்தி அதிகம் என்பதை ஆமோதித்தபடி தீ சுழன்று சுழன்று எரிந்துகொண்டிருந்தது!

தாஜ்மஹால்தாசன்

அவள் தன் இதயத்தை
ஓர் இளைஞனிடம் பறிகொடுத்துவிட்டு
ஏங்குகிறாள்.
மூங்கில் அரிசி வெந்த பின்
உணவாகத்தானே வேண்டும்.

– கொரிய மொழிக் கவிஞர் கிம் லிங்

ஆதியில் வார்த்தைகள் மட்டும் இருந்தன. ஆதாம் ஆப்பிளைப் பறித்த பின் அந்த வார்த்தைகள் காதல் கவிதைகளாக மாறிவிட்டன. உலகின் மிகப்பெரிய காதல் கவிதை, காதலியின் பெயர்தான். மிகப்பெரிய காதல் கவிதை, ஆயிரத்திஎட்டு முறை எழுதப்படும் காதலியின் பெயர்.

காதலுக்கும் கவிதைக்கும் அப்படி என்ன தொடர்பு? காதலில் கிறுக்கல்கள்கூட கவிதையாகிவிடும் ரஸவாதம் எங்ஙனம் நிகழ்கிறது? 'அன்னாய் வாழி வேண்டஅன்னை...' என்று ஆரம்பிக்கும் சங்க இலக்கியக் கவிஞர்கள் தொடங்கி, 'அவள் காற்று, நான் பலூன்' என்று உருகும் சூரியன் எஃப்.எம். கவிஞர்கள் வரை, காதலாகிக் கண்ணீர் மல்கி கசிந்துருகும் காரணம் என்ன?

காதல், நம் மனதில் உள்ள மெல்லிய பிரதேசங்களுக்கு அழைத்துச் செல்கிறது; மழையை மட்டுமல்ல, வெயிலையும் ரசிக்கச் செய்கிறது; பெண்கள் மட்டுமல்ல, ஆண்களும் வெட்கப்படும் தருணங்கள் உண்டு என்று அறிமுகப்படுத்துகிறது. கருவறையின்

கதகதப்பான இருட்டில் கால் மடக்கி உடல் சுருக்கி மீண்டும் ஒரு முறை ஏதுமற்ற மௌனப் பெருவெளியில் உறங்க வைக்கிறது.

காதல் ஒரு விநோதமான வீடு. அந்த வீட்டின் ஒரு அறையில் வயதின் தேன் துளிகள்; இன்னொரு அறையில் பிரிவின் கண்ணீர்த் துளிகள்; பிறிதொரு அறையில் துரோகத்தின் ரத்தத் துளிகள். கடைசி அறை கல்லறையாய் இருக்கிறது. காற்றில் மிதக்கும் ஒற்றை இறகென காலத்தைக் கடந்து கீழே விழுந்து நிம்மதியாய் நாம் உறங்குவதும் அந்த அறையில்தான்; கடைசிக் கணங்கள் கண்களில் உறைந்திருக்க நிறைவேறாத ஆசையுடன் புரண்டு படுப்பதும் அந்த அறையில்தான்.

பச்சையப்பன் கல்லூரியில் நான் எம்.ஏ., தமிழ் இலக்கியம் படித்துக்கொண்டிருந்த காலம். என்னைத் தவிர என்னைச் சுற்றி இருந்த எல்லா மாணவர்களும் காதலித்துக் கொண்டிருந்தார்கள்.

நான் பெண் பாக்களை விட்டுவிட்டு வெண்பாக்களை மனப்பாடம் செய்துகொண்டிருந்தேன். என் பாலைவனத்தில் மழை பெய்யும்போதெல்லாம் குடை பிடித்தபடி கவிதை எழுதிக்கொண்டிருப்பேன். அந்த மேகங்கள் தலைக்கு மேல் கடந்து சென்றுவிடும். அவ்வப்போது பத்திரிகைகளில் என் கவிதைகள் பிரசுரமாகிக்கொண்டிருந்தன.

'கவிதைகள் என்றாலே, காதல் கவிதைகள் என்பது அல்ல. காதல் கவிஞர்களை நாடு கடத்தவேண்டும்; காகித விலை ஏற்றத்துக்கு அவர்களே காரணம்; சமூகத்தின் வேறு பக்கங்களை மறைத்துவிட்டு காதலை மட்டுமே முன்னிலைப் படுத்துகிறார்கள்' என்ற கருத்து அன்று எனக்கிருந்தது.

அப்போதுதான் ஒருநாள், கவிஞர் 'தாஜ்மஹால் தாசன்' அறிமுகமானார். எங்கள் தமிழ்த் துறையிலேயே எம்.ஃபில். படித்துக்கொண்டிருந்தார்.

தாஜ்மஹால்தாசன் காதல் கவிதை எழுதுவதில் மன்னர். வெள்ளை வேட்டி, வெள்ளை ஜிப்பா, வாயில் வெற்றிலை, தோளில் ஜோல்னா பை, கையில் கட்டை பேனா, பையில் காதல் கவிதைகள் இதுதான் தாஜ்மஹால்தாசன். அவரைச் சுற்றி எப்போதுமே கல்லூரி ஷாஜகான்கள் மனு கொடுத்தபடி நின்றுகொண்டிருப்பார்கள்.

"அண்ணே, அவ இன்ஜினியரிங் படிக்கிறா. ஒரு கவிதை எழுதிக் குடுங்கண்ணே."

முதல் மனுவை வாங்கி தாஜ்மஹால்தாசன் தாடியைச் சொறிந்தபடி, "எழுதிக்கோ..." என்பார்.

"இன்ஜினியரிங் படிப்பவளே... என் இதயத்தில் வீடு கட்ட வருவாயா?" அந்தக் கவிதையால் அதை வாங்கிச் சென்றவனின் காதல் வெற்றிபெற தாஜ்மஹால்தாசனின் புகழ் பரவும்.

"கவிஞரே என் ஆளு '47A' பஸ்ல வருவா... எப்படி யாவது சக்ஸஸ் பண்ணிக் குடுங்க" என்பான் ஒருவன்.

"உன் ரூட்டும் என் ரூட்டும் ஒரே ரூட்டு... பின் ஏன் நடுவில் இந்த கேட்டு?" என்று அடித்து நொறுக்குவார், கவிஞர்.

ஏற்றுமதி ஆடை நிறுவனத்தில் வேலை செய்யும் பெண்ணா? "நீ வெட்ட வெட்ட... நான் கிழிந்துகொண்டிருக்கிறேன்."

குயீன் மேரீஸில் படிப்பவளா? "என் செஸ் போர்டில் நீதான் குயீன்... என் ராஜாவுக்கு எப்போது செக் வைப்பாய்?"

சர்ச் பார்க்கில் படிப்பவளா? "சர்ச் பார்க் சர்ச் ஆகிவிட்டது. உன் இதயத்தைத் திருடிவிட்டு நான் பாவமன்னிப்பு கேட்பதால்..."

அந்தக் காலத்தில் எங்கள் கல்லூரி மட்டுமல்ல, சென்னையில் இருக்கும் ஆண்கள் கல்லூரி அனைத்திலும் காதல் கடிதங்கள் தாஜ்மஹால்தாசனின் கவிதையோடுதான் தொடங்கும்.

ஒரு கவிதைக்கு ஐந்து ரூபாயிலிருந்து ஐம்பது ரூபாய் வரை மாணவனின் வசதியைப் பொறுத்து கொடுப்பார்கள். காதல் கவிதைகளின் மூலம் கிடைக்கும் காசில் கல்லூரிக் கட்டணம், விடுதிக் கட்டணம் கட்டி முடித்து தினமும் எங்களை சினிமாவுக்கும் கூட்டிப் போவார் கவிஞர்.

ஒருசில பெண் வாடிக்கையாளர்களும் அவருக்கு உண்டு. "உன் வீட்டில், என் கொலுசு ஒலிக்காதா?" என்று அவர்களது கண்ணனுக்காக இவர் மீராவாக மாறி உருகுவார்.

பால காண்டம், சுந்தர காண்டம் எல்லாம் தாண்டி காலம் வெவ்வேறு யுத்த காண்டத்தில் எங்களை நிறுத்திவிட்டது. ஒரு காதல் கவிதையும் எழுதாத நான், இன்று ஒரு நாளைக்கு ஏழெட்டு காதல் பாடல்களைத் திரைப்படங்களில் எழுதிக்கொண்டிருக்கிறேன்.

நீண்ட வருடங்களுக்குப் பிறகு, ஒரு கவியரங்கிற்காக மதுரை சென்றபோது தாஜ்மஹால்தாசனைச் சந்தித்தேன். மதுரைக்குப் பக்கத்தில் ஒரு கல்லூரியில் பேராசிரியராக இருப்பதாகச் சொன்னார். அத்தனை பேரின் காதலுக்காகக் கரைந்தவர் எந்தக் காதலிலும் மாட்டாமல் அக்கா பெண்ணையே திருமணம் செய்துகொண்டுவிட்டார்.

வீட்டுக்கு அழைத்துச் சென்று விருந்து கொடுத்தார். கிளம்புகையில், "என் வாழ்க்கையில ரெண்டு நல்ல விஷயம் நடந்திருக்கு" என்றார்.

"என்ன?" என்றேன்.

"ஒண்ணு யூ.ஜி.சி. பரீட்சை எழுதி இந்த வேலை கெடைச்சி நிம்மதியா இருக்கேன்" என்றார்.

"இன்னொண்ணு..?"

"காதல் கவிதைகள் எழுதுற கெட்ட பழக்கத்தை விட்டுட்டேன்" என்றார்.

$(a+b)^2 = a^2+b^2+2ab$

பாஷை என்பது வேட்டைநாயின் கால் தடம். கால் தடத்தை நாம் உற்றுப் பார்க்கும்போது வேட்டை நாய் வெகுதூரம் போயிருக்கும்.

- சுந்தர ராமசாமி
('ஜே.ஜே. சில குறிப்புகள்' நாவலிலிருந்து...)

குழந்தைகள் கடவுளிடம் சென்று கேள்வி கேட்டன.

'நிறம் என்றால் எப்படி இருக்கும்?'

கடவுள், மஞ்சள் வெயிலுடன் மழையைக் குழைத்து வானவில் வரைந்து அனுப்பினார்!

'இசை என்றால் என்ன?'

விடியலின் லயமான நிசப்தத்தில் பெயர் தெரியாத பறவைகளை பண் இசைக்க அனுப்பினார்!

'வாசனை பற்றி விளக்கமுடியுமா?'

பள்ளத்தாக்கு முழுக்க பூத்த பூக்களை பரிசாக அனுப்பினார்!

'இன்பம் பற்றிச் சொல்லமுடியுமா?'

நிலா காயும் இரவுகளில் கிண்ணம் நிறைய பால்சோறுடன் அம்மாக்களை அனுப்பினார்!

கடைசியாக ஒரு குழந்தை, 'துன்பம் என்றால் என்ன?' என்று கேட்டது.

கொஞ்சநேரம் யோசித்த கடவுள், கையில் பிரம்புடன் கணக்கு வாத்தியார்களை அனுப்பினார்!

அன்று முதல் இன்று வரை, குழந்தைகளின் கனவுகளில் சாக்பீஸ் துண்டுகளுக்கு பற்கள் முளைத்து கணக்கு வாத்தியார்களை மென்று தின்றுகொண்டிருக்கின்றன.

கணக்கு வாத்தியார்கள் கையில் ஸ்கேலை வைத்துக் கொண்டு, முக்கோணத்தின் மேல் முனையிலிருந்து இடது புறமாக சாய்கோணத்தில் பதினைந்து சென்டிமீட்டருக்கு கோடு போடச் சொல்கிறார்கள். குழந்தைகள் நூறு மீட்டருக்கு நீளமாகக் கோடு போட்டு, விளையாட்டு மைதானத்துக்கு ஓடிவிடுகிறார்கள்.

எல்லாக் குழந்தைகளையும்போலவே, கணக்கில் புலியாக இல்லாமல் பூனையாகவே என் பால்யம் கழிந்தது.

நான் வரையும் வட்டங்கள், விபத்தில் சிக்கிய சைக்கிள் டயரைப்போல நசுங்கியிருக்கும். சதுரங்கள், சம்மணக்கால் போட்டு செவ்வகமாகியிருக்கும். காம்பஸின் கூரிய இரும்புமுனை, காகிதத்தில் கால் ஊன்றி, பென்சில் சுற்றிவரும் போதெல்லாம் செக்குவண்டியில் பொருத்தப்பட்ட மாட்டைப்போல என்னை உணர்வேன். பெரும்பாலும் என் ஜாமென்ட்ரி பாக்ஸில் கணக்குக்கு பதில் நாவல்பழங்களும் நெல்லிக்காய்களுமே குடியிருந்தன.

கோழிகளைக் கவிழ்க்கும் கூடைகளில் இருந்ததைவிட என் கணக்குநோட்டில் அதிக முட்டைகள் இருந்ததால், எங்கள் வீட்டுத்தோட்டத்தில் வெண்டைக்காய் செடிகள் வளர்க்க ஆரம்பித்தார்கள். வெண்டைக்காய், மூளைக்கு நல்லதாம். மூளை சுறுசுறுப்பானால், கணக்கு தானாக வருமாம்.

மண்ணில் பதியனிடப்பட்ட சின்ன கணக்கு வாத்தியாரைப் போல, வெண்டைக்காய் செடி வளர்ந்துகொண்டிருந்தது. கணக்கு வாத்தியாரின் குடையைப்போல வெண்டைக்காய்கள் காய்த்தன.

ஒரு சுபமுகூர்த்த நாளில், வெண்டைக்காயைச் சமைத்துக் கொடுக்க, அதன் கொழகொழத் தன்மை தொட்டவுடன் பிடிக்காமல்போனது. அன்று முதல் கணக்குக்கு அடுத்து வெண்டைக்காயும் எதிரியானது!

கணக்குடன் குத்துச்சண்டை போட்டுக்கொண்டே பத்தாம் வகுப்புவரை வந்துவிட்டேன். தன் முயற்சியில் சற்றும் மனம் தளராத விக்ரமாதித்தனைப்போல, என் அப்பா என்னை ஒரு மாஸ்டரிடம் டியூஷனுக்கு அனுப்பினார்.

அவர் பெயர் 'நடராஜன்' என்று வைத்துக்கொள்வோம். நடராஜன் மாஸ்டர், அரசுக் கல்லூரியில் கணக்குப் பேராசிரியராக இருந்து ஓய்வு பெற்றவர். அறுபதுகளின் மத்தியில் வயதும், ஆறடி உருவமும், அதற்கேற்ற உடலும் கொண்டவர்.

என் அப்பாவுக்கு நடராஜன் வாத்தியார்தான் கணக்கு சொல்லிக் கொடுத்தாராம். எங்கள் ஊரில் ஏறத்தாழ எல்லாப் பையன்களும், அவர்களின் அப்பாக்களும் அவரிடம் கணக்குப் பாடம் கற்றவர்களே!

பெருமாள்கோயிலுக்கு அருகில் அவருடைய வீடு இருந்தது. கோயில் மதில்சுவரின் கடைசி முனை வரை மாணவர்களின் மிதிவண்டிகள் நிற்கும். முன்புறம் திண்ணை வைத்த நீளமான வீடு. வாசலில் இருந்து பார்த்தால், இருட்டுப் பிராகாரங்களைத் தாண்டி, தூரத்தில் தோட்டத்தில் மஞ்சள் வெளிச்சத்தில் துளசிமாடம் தெரியும். முன்பக்க அறையிலேயே டியூஷன் நடக்கும். மற்ற அறைகள், புரியாத கணக்குகளைப்போல மூடியே கிடக்கும்.

அதிகாலையில் எழுந்து, நெற்றி நிறைய விபூதி பூசிக்கொண்டு டியூஷன் எடுக்க ஆரம்பிப்பார். காலையில் ஆறிலிருந்து ஏழு வரை பத்தாம் வகுப்பு, ஏழிலிருந்து எட்டு வரை பிளஸ் 2 பையன்கள், எட்டிலிருந்து ஒன்பது வரை கல்லூரி மாணவர்கள், மாலை ஆறிலிருந்து எட்டு வரை பொறியியல் மாணவர்கள், எட்டிலிருந்து பத்து வரை உயர்கணிதம் படிப்பவர்கள் என டியூஷன் மாணவர்கள் குவிந்துகொண்டே இருப்பார்கள்.

நடராஜன் மாஸ்டர்தான் எங்களை கணக்கு என்ற யானைக்கருகில் அழைத்துச்சென்று, அதன் தும்பிக்கையைத் தைரியமாகத் தொடவைத்தார். "ஒண்ணும் பண்ணாது... பயப்படாதே" என்று, மேலே ஏற்றி அமர வைத்தார். உலகத்திலேயே சுலபமானது கணக்குப் பாடம்தான் என்று உணர வைத்தார்.

"பத்தாவது பப்ளிக் பரீட்சையில் கணக்குல யாரு நூத்துக்கு நூறு எடுக்குறானோ அவனுக்கு என் பொண்ணைக் கல்யாணம் பண்ணித் தர்றேன்!" என்று போட்டிபோட வைத்தார். நான் அறுபத்தைந்து மதிப்பெண் மட்டுமே எடுத்து, முப்பத்தைந்து மதிப்பெண் இடைவெளியில் அவருடைய பெண்ணை இழந்தேன். நான்கைந்து புத்திசாலி மாணவர்கள் நூற்றுக்கு நூறு எடுத்து, அவர் பொண்ணுக்கான சுயம்வரத்தில் நின்றார்கள்.

"பிளஸ் 2விலும் சென்டம் வாங்குடா... என் பொண்ணைக் கட்டித் தர்றேன்!" என்றார் புன்னகைத்தபடி. அவரது குடும்பம் சென்னையில் இருந்தது. எங்கள் ஊரில் தங்கி டியூஷன் எடுத்துக் கொண்டிருந்தார்.

'அவருக்கு கடைசிவரை திருமணமே ஆகவில்லை... கணக்குக்காக தன் வாழ்வை அர்ப்பணித்துவிட்டார்' என்றும்; 'கல்யாணம் ஆகிவிட்டது... அவருக்கு மூன்று அழகான பெண்கள்' என்றும்; 'பெண்கள் கிடையாது... ஒரே ஒரு பையன் அமெரிக்காவில் இருக்கிறான்' என்றும் அவரது குடும்பத்தைப் பற்றிப் பலவிதமான வதந்திகள் உலவிக் கொண்டிருந்தன. நூற்றுக்கு நூறு எடுத்து அவருக்கு மருமகனாக முடியாதென்பதால் அந்த வதந்திகளில் நான் கலந்து கொள்வதில்லை.

நடராஜன் மாஸ்டருக்கு ஊரில் கடவுளுக்கு அடுத்த படியான மரியாதை இருந்தது. பெரும்பாலான ஊர்மக்களில் அவரிடம் படித்த மாணவர்கள் அதிகம் என்பதால், சாலையில் அவர் நடந்து சென்றால் மோட்டார் சைக்கிளில் செல்பவர்கள்கூட வண்டியை நிறுத்தி இறங்கி வணக்கம் சொல்வார்கள்.

பள்ளி முடிந்து கல்லூரியில் நான் வேறு பாடம் எடுத்ததால், கணக்கு டியூஷன் செல்லும் படலம் முடிந்தது. தங்கிய மரத்தைத் திரும்பிப் பார்க்கும் பறவைபோல, அவருடைய வீட்டுப்பக்கம் செல்கையில் அவர் ஞாபகம் வரும்.

கல்லூரியில் மூன்றாமாண்டு படித்துக்கொண்டிருக்கும் போது, நடராஜன் மாஸ்டர் தூக்குமாட்டிக்கொண்டு இறந்து

விட்டார் என்றும், உடலை சென்னைக்குக் கொண்டு சென்றுவிட்டார்கள் என்றும் எனக்குத் தகவல் வந்தது. அவரது சென்னை முகவரி தெரியாததால் செல்ல முடியவில்லை.

நடராஜன் மாஸ்டரின் தற்கொலைக்கு நான்கு வெவ்வேறு விதமான காரணங்கள் சொல்லப்பட்டன. ஒன்று, அவரது மகள் யாருடனோ ஓடிவிட்டாள்; இரண்டு, அவருக்குத் தீராத வயிற்றுவலி; மூன்று, அமெரிக்காவில் இருக்கும் அவர் மகன் விபத்தில் இறந்துவிட்டான்.

நான்காவது காரணம் என்று ஒன்றைச் சொன்னார்கள்... நான் நம்பவில்லை.

'இறப்பதற்கு முந்தையநாள், அடையாளம் தெரியாமல் இருப்பதற்காக மப்ளர் கட்டிக்கொண்டு, 'பாவாடை கட்டிய கிராமத்திலே' என்கிற மலையாளப்படத்தின் இரவுக்காட்சிக்குச் சென்றிருக்கிறார். இடைவேளையில், இவரைப் பார்த்துவிட்ட பழைய மாணவர்கள் சிலர், 'நடராஜன் சாருக்கு ஒரு பிட்டைப் போடே' என்று கிண்டல்செய்து சத்தம்போட்டிருக்கிறார்கள். மரியாதை தொலைந்த அவமானத்தில் தற்கொலை செய்துகொண்டார்!'

நான்கு காரணங்களில் எது உண்மை என்று நடராஜன் மாஸ்டருக்கும், அவர் தூக்குப்போட்ட கயிறுக்கும் மட்டுமே தெரியும்.

கணக்கைப்போலவே அவரது வாழ்வும் புதிராகவே முடிந்தது!

தேடித் தேடி தொலைந்தவன்

நான் எல்லாவற்றையும்
பால்கனியிலிருந்து
பார்த்துக்கொண்டுதான்
இருக்கிறேன்!

- எழுத்தாளர் பேயோன்

முழுவதும் நிரப்பப்படாத குறுக்கெழுத்துப் போட்டியின் கட்டங்களைப்போல நம் எல்லாருக்குள்ளும் ஒரு கடந்த காலம் புதைந்திருக்கிறது. ஒவ்வொரு முறையும் அதற்குள் இறங்கி இடமிருந்து வலமாகவும், மேலிருந்து கீழாகவும் நாம் பயணிக்கிறபோது ஒன்றுக்கொன்று தொடர்புடைய சம்பவங்களின் தொடக்கப் புள்ளிகள் நம்மை மர்மமானதொரு திசைக்கு அழைத்துச் செல்கின்றன.

கேசவன், தொலைபேசியில் என்னைத் தொடர்பு கொண்டு, "சென்னைக்கு வந்திருக்கேன்டா... இன்னிக்கு சாயங்காலம் பார்க்கலாமா? ஃப்ரெண்ட்ஸ் எல்லாரையும் வரச் சொல்லியிருக்கேன்!" என்று சொல்லி, ஒரு ஐந்து நட்சத்திர ஓட்டலுக்கு, மாலையில் வரச் சொன்னபோது என் மனம் கடந்த காலத்தின் குறுக்கெழுத்துக் கட்டங்களில் இறங்கி ஒவ்வொரு அடுக்காகத் தாண்டிக்கொண்டிருந்தது.

கேசவன் எங்களூர்க்காரன். என் பால்ய நண்பன். எங்கள் தெருவிலேயே அவன் வீடும் இருந்தது. எங்கள் கிராமத்தில் பட்டுநெசவுத் தொழில் பிரதானத் தொழில் என்பதால் எங்கள் வயதையொத்த எல்லாப் பிள்ளைகளும் அலுமினியத் தூக்குச் சட்டியில் பழைய சோற்றை எடுத்துக் கொண்டு பள்ளிக்கூடம் சென்றோம்.

நாங்கள் இருவரும் படிக்கப் போனது தனிக் கதை. என் அப்பா தமிழாசிரியர். 'வாத்தியார் பிள்ளை மக்கு' என்ற பழமொழியையும் மீறி சிறு வயதில் நான் தலைக்குப் பின்னால் ஒளிவட்டத்துடன் திரிந்துகொண்டிருந்தேன்.

"இப்படியே போனால் சரிப்படாது... பையன் அறிவாளியாகி பழமொழி பொய்த்துவிடும்" என்று, என் அப்பா என்னைப் பள்ளிக்கூடத்தில் சேர்த்தார்.

அதற்குப் பின் என் தலைக்குப் பின்னால் ஒளிவட்டம் தோன்றாமல் பள்ளிக்கூடத்துப் பிரம்புகள் பார்த்துக் கொண்டன. கேசவனின் அப்பாவுக்குச் சொந்தமாக நாலைந்து தறிகள் இருந்தன. கையில் கொஞ்சம் காசு புரண்டதால் கேசவனைப் படிக்க அனுப்பினார்.

கேசவன் ஐந்தாம் வகுப்பு வரை என்னுடன் படித்தான். விதியின் விரல்கள் எழுதுவதை யாரால் புரிந்துகொள்ள முடியும்? கேசவனைப் பார்த்துக் காப்பியடித்த நான் தேர்வாகி ஆறாம் வகுப்பு படிக்க வேறு பள்ளிக்குச் சென்றேன். கேசவன் ஃபெயிலாகி அதே பள்ளியில் ஐந்தாம் வகுப்பைத் திரும்பவும் படித்தான்.

எங்கள் நட்புக்கிடையில் ஒரு வகுப்பு ஏற்றத்தாழ்வைக் கொண்டுவந்த தலைமையாசிரியரின் சைக்கிள் டயரில் கேசவன் காற்றை இறக்கிவிட; நாட்டில் மழை பெய்வதற்கு காரணமாக இருக்கும் சில நல்ல பையன்கள் அதைத் தலைமை யாசிரியரிடம் சொல்லிவிட; கேசவன் அடுத்த வருடமும் ஃபெயிலாகி ஐந்தாம் வகுப்பிலேயே மூன்று முறை கிடந்தான். இப்படியாக எங்கள் நட்புக்கிடையில் இரண்டு வருடம் ஏற்றத்தாழ்வு விழுந்தது.

விஞ்ஞானிகளை பள்ளிக்கூடங்களா உருவாக்குகின்றன? என் கண்களுக்கு கேசவன் விஞ்ஞானியாகத் தெரிந்தான். சூரிய ஒளியில் கண்ணாடியைக் காட்டி அதற்குக் கீழிருக்கும் காகிதத்தைத் தீப்பற்றச் செய்வான். வாழை மட்டையில்

கண்ணாடித் துண்டு பொருத்தி சூரிய கிரகணம் பார்க்கச் சொல்வான்.

உண்டியல் காசுகளைக் காந்தமாக்கிக் காட்டுகிறேன் என்று சொல்லி, தண்டவாளத்தில் வைத்து, ரயில் சக்கரங்கள் ஏறிப்போன பின் தொலைந்த காசைத் தேடச் சொல்வான்.

ஒருமுறை கேசவன் கேட்டான் என்று எங்கள் வீட்டி லிருந்த ரேடியோப் பெட்டியை யாருக்கும் தெரியாமல் எடுத்து வந்து கொடுத்தேன். ஒவ்வொரு நட்டாகக் கழற்றி உள்ளே அரக்கு போன்ற எதையோ பொருத்தி திரும்பவும் இணைத்தான். “இப்பப் போட்டுக் கேளு... தமிழ்ப் பாட்டெல்லாம் இந்தியில் பாடும்” என்றான்.

என் அப்பா திராவிட கழகக் கொள்கைளின் பிடிப்பாளர் என்பதால் அந்த ரேடியோ இந்தியில் பாட மறுத்தது. வீட்டில் அடி வாங்கியபோதுதான் தெரிந்தது..., அது தமிழிலும் பாட மறுத்தது.

‘சாத்தான், தான் நுழைய முடியாத இடங்களுக்கு மதுவை அனுப்புகிறான்’ என்பார்கள். கேசவனின் அப்பா கொஞ்சம், கொஞ்சமாக மதுவுக்கு அடிமையானார். சாயங்காலங்களில் மட்டும் சாராயக் கடைகளைத் தேடிச் சென்ற அவர் கால்கள் காலையிலும் தள்ளாட ஆரம்பித்தன.

தினமும் குடித்துவிட்டு எங்காவது விழுந்து கிடப்பார். கேசவனும் நானும்தான் அவரைத் தேடிச் செல்வோம். ஒருநாள் கரும்புத்தோட்டத்தில்; இன்னொரு நாள் பம்ப் செட்டு கிணற்றடியில்; சில முறை சுடுகாட்டு மணல் மேடுகளில்; பல முறை நெடுஞ்சாலை புளிய மரத்தடியில் என விழும் இடங்களை மாற்றிக் கொண்டே இருப்பார்.

சாயங்காலத்து சாம்பல் மேகங்கள் மறைந்து நட்சத்திரம் மின்னத் தொடங்கும் இரவுகளில் கேசவனும் நானும் கையில் டார்ச் விளக்குடன் அவரைத் தேடிக் கொண்டுவந்து வீட்டில் சேர்ப்போம்.

பல இரவுகளில் கேசவனின் அம்மா அவருடன் சண்டை போட்டுவிட்டு எங்காவது சென்றுவிடுவார். மீண்டும் நானும் கேசவனும் அகாலத்தில் அவனது அம்மாவைத் தேடிச் செல்வோம்.

குடியும் சண்டையும் தொடர்ந்ததால் கேசவனின் குடும்பம் நிலைகுலைந்தது. தறிக்குழிகளில் பூனைகள் உறங்க ஆரம்பித்தன. பட்டுத்தறிக் கட்டைகளில் சிலந்திகள் நூல் நூற்றன. கேசவன் பதினொன்றாம் வகுப்பு படித்தபோது அவன் தந்தை இறந்துபோனார்.

கிறிஸ்தவத் தொண்டு நிறுவனமொன்றின் உதவியுடன் கேசவன் பி.டெக்., வரை படித்தான். பார்க்கும்போதெல்லாம் "இந்தியா மாதிரியான வறுமை நாட்ல மதுவிலக்கு அவசியம் கொண்டு வரணும்" என்பான், வாழ்ந்து கெட்ட வலியுடன்.

கருவேலங்காட்டிலும் மின்மினிப் பூச்சிகள் வெளிச்சம் தரத்தானே செய்கின்றன. பி.டெக்., முடித்ததும் கேசவனுக்கு தென்னாப்ரிக்காவில் நல்ல வேலை கிடைத்தது. உடன் படித்த பெண்ணையே காதலித்துத் திருமணம் செய்து அங்கேயே வாழ்கிறான்.

ஒரு மாத விடுமுறைக்கு ஊருக்கு வந்திருக்கிறான்.

மாலை அவன் சொன்ன ஓட்டலுக்குச் சென்றேன்.

முகவரி தெரிந்த நண்பர்களை மட்டும் அழைத்திருந்தான். எங்களுடன் பள்ளியில் படித்த யாரும் வரவில்லை. அவனுடன் பி.டெக்., படித்தவர்கள், மேன்ஷன் அறைத் தோழர்கள் என பதினைந்து நண்பர்கள் வந்திருந்தனர். தங்கக்கலரில் கண்ணாடி போட்டு, லேசாக தொப்பை விழுந்து கேசவனின் அடையாளங்கள் மாறியிருந்தன. அவன் மனைவியையும், ஐந்து வயது பையனையும் அறிமுகப் படுத்தினான்.

யார், யாருக்கு என்ன மது வேண்டும் எனக்கேட்டு கிண்ணங்களில் பரிமாறினார்கள். குடிக்காத ஒன்றிரண்டு நண்பர்களுடன் சேர்ந்து நான் உணவருந்திக் கொண்டிருந்தேன்.

கேசவனின் மனைவி, நளினமாக பியர் அருந்திக்கொண்டிருக்க, கேசவன், தங்க நிற வெளிநாட்டுத் திரவத்தை ஊற்றி ரசித்துக் குடித்தபடி அரட்டையடித்துக் கொண்டிருந்தான்.

நான் "கேசவா நீ குடிப்பியா?" என்றேன் ஆச்சரியத் துடன். கேசவன் புன்னகைத்தபடி "இதிலென்ன இருக்கு. எங்க ஆஃபீஸ்ல தினமும் ஒரு பார்ட்டி நடக்கும். குடிச்சாத்தான்

க்ளையண்ட்ஸ் ஃப்ரெண்ட் ஆவாங்க. போன வருஷம் மட்டும் நானூறு கோடிக்கு புராஜெக்ட்ஸ் சைன் பண்ணியிருக்கோம். அதுல எண்பது சதவிகிதம் பார்ட்டியில பேசுன டீல்தான்!" என்றான்.

பழைய கேசவனைத் தொலைத்த அதிர்ச்சியுடன் நான், "எனக்கு வேலை இருக்கு..." என்று சொல்லிவிட்டுக் கிளம்பினேன்.

வாசலுக்கு வந்து பார்த்தபோது தள்ளாடியபடி நிற்கும் கேசவனை, அவனது பையன் கையைப் பிடித்தபடி இழுத்துக்கொண்டிருந்தான்!

கேளுங்கள், கொடுக்கப்படாது

'என்ன வரம் வேண்டும்?' என்றார் கடவுள்!
'அது தெரியாத நீர் என்ன கடவுள்?'
— கவிஞர் நீலமணி

நம் குழந்தைப் பருவத்தின் புதிர்களைக் கேள்விகளே ஆக்கிரமித்திருந்தன. வளர வளர... நம் மீது வாழ்வின் சுமை வந்து விழுந்து விடுகிறது. ஒருசிலர் மட்டுமே பால காண்டம் கடந்தும் பசியடங்காமல் கேள்விகளுடன் வாழ்கிறார்கள்.

மாநகரம் ஒரு சரளைக்கல்போல என்னை உள்வாங்கி, கொஞ்சம் கொஞ்சமாகத் தன் டீசல் நதி ஓட்டத்தில் கூழாங் கல்லைப்போல் வனைந்துகொண்டிருந்த காலம் அது. கண் விழித்துப் பார்க்கும் ஒவ்வொரு பகலும், ஒவ்வொரு நிறத்துடன் வெயிலைக் கொண்டு வந்துகொண்டிருந்தது.

சில பகல்களின் வெயிலுக்கு புறக்கணிப்பின் வலி சூழ்ந்த வெம்மை நிறம்; சில பகல்களின் வெயிலுக்கு துக்கம் நிரம்பிய வெளிறிய நிறம்; சில பகல்களின் வெயிலுக்கு குற்ற உணர்ச்சி கலந்த தகிக்கும் நிறம். அப்போதைய என் ஒரே கவலை... பகலை எப்படிக் கொல்வது?

பகலைக் கொல்வதற்குப் பல வழிகள் உள்ளன. பகலைக் கொல்வது சுலபம். ஆனால், அதன் எதிர்வினைகள் ஆபத்தானவை. கிளை நூலகங்களில் கயிறு கட்டித் தொங்கும் பென்சில்கள் போல

ஏதோ ஒரு மூலையில் புத்தகங்களுடன் மூழ்கிப் போகலாம். புத்தகங்கள் எழுப்பும் உணர்வலைகள் மீண்டும் நம்மை ஒரு நிராசையின் பள்ளத்தாக்கில் தள்ளக்கூடும். ஜனசந்தடி மிக்க தெருவில் போகிற வருகிறவர்களைப் பார்த்தபடி ஒரு ஓரமாக நின்றிருப்பதுபோல, நம் இருப்பு சுருங்கிக் கிடப்பதை ஞாபகப்படுத்தும் செயல் அது.

அரசாங்க அலுவலகத்தின் குமாஸ்தா மேஜையில் அமர்ந்தபடி மதியஉணவு உண்ட மயக்கத்தில் பல் குத்திக் கொண்டிருக்கலாம். அதற்கு, ஒரு வேலையும் மேஜையும் வேண்டும். இப்படிப்பட்ட பகல்கள்தான் என்னை இலக்கியக் கூட்டங்களை நோக்கிச் செல்லவைத்தன. மதிமாறனை நான் முதன்முதலில் சந்தித்தது அத்தகைய இலக்கியக் கருத்தரங்கம் ஒன்றில்தான்.

மதிமாறனின் வயது அப்போது நாற்பதுகளின் தொடக்கத்தில் இருந்தது. சராசரிக்கும் கூடுதலான உயரம். உயரத்துக்கேற்ற உடல்வாகு. நெற்றி மேட்டுக்கு மேலாக தலையில், ஒருகாலத்தில் சுருட்டைமுடிகள் இருந்ததற்கான சிற்சில அடையாளங்களும் வழுக்கைக்கான ஆரம்ப ஆயத்தங்களும் தெரியும்.

அந்தக் கூட்டத்தில் நான் மிகவும் மதிக்கும் எழுத்தாளர் ஒருவர் பேசிக்கொண்டிருந்தார்.

"வாழ்க்கை ஒரு நதியாக ஓடிக்கொண்டு இருக்கிறது..." என்று, அந்த எழுத்தாளர் பேசிக்கொண்டிருந்தபோது, "எந்தப் பக்கம் ஓடுது?" என்று ஒரு குரல் அரங்கத்தில் கேட்டது.

எல்லாரும் குரல் வந்த திசையைப் பார்க்க, வெள்ளை ஜிப்பாவில் கைவிட்டபடி மதிமாறன் எழுந்து நின்று, "எந்தப் பக்கம் ஓடுது?" என்று திரும்பவும் கேட்டார். எழுத்தாளர் பேச்சை நிறுத்திவிட்டு மதிமாறனைப் பார்க்க, ஒரு கணம் அரங்கத்தில் ஆழ்ந்த அமைதி.

"எதிர்காலத்தை நோக்கி..." என்றார் எழுத்தாளர். மதிமாறன் அந்த பதிலைக் கேட்ட மாதிரி தெரியவில்லை. அதற்குள் அடுத்த கேள்விக்குத் தாவிவிட்டார். "கிரிக்கெட்ல இந்தியா தோற்றதைப் பத்தி என்ன நினைக்கறீங்க?" எழுத்தாளரின் முகம் இப்போது கடுமையானதொரு தொனிக்கு மாறிவிட்டது. "எனக்கு கிரிக்கெட்

பத்தி தெரியாது... நான் பார்க்கறதில்ல... உங்களுக்கு என்ன வேணும்? என் கதையைப் பத்தி மட்டும் கேளுங்கோ!" என்றார் எரிச்சலுடன்.

மதிமாறன் அடங்குகிற மாதிரி தெரியவில்லை. "சரி! பொருளாதார ஏற்றத்தாழ்வு ஏன் சரியாகலை?" என்று அடுத்தக் கேள்வி கேட்டு பதிலுக்குக் காத்திருந்தார்.

கூட்டத்தில் சற்று சலசலப்பு கூடி, மதிமாறனை வெளியே கூட்டிச் செல்ல நேரிட்டது. "இலக்கியம்னா வெங்காயம். வெங்காயத்தைக் கண்டுபிடிச்சது எந்த நாடு?" என்று சத்தம் போட்டுக்கொண்டே வெளியேறும் மதிமாறனின் உருவம் என் மனதில் ஆழமாய்ப் பதிந்துபோனது.

ஓரிரு நாட்களுக்குப் பிறகு, இன்னொரு கவிதைப் புத்தக வெளியீட்டு விழாவுக்குப் போயிருந்தேன். விழாவுக்கு வந்திருந்த ஏழெட்டு பேரில் மதிமாறனும் இருந்தார்.

நூலை வெளியிட்டு சிறப்பு விருந்தினர் பேசத் தொடங்கினார். அதற்காகவே காத்திருந்ததுபோல் மதிமாறன் எழுந்து நின்றார்.

"கவிதை எதனோட விதை?" என்று கேட்டுவிட்டு, பூர்வஜென்ம விரோதியைப் பார்க்கும் பாவனையில் பேச்சாளரின் பதிலுக்குக் காத்திருந்தார். "நீங்க பேசறதா இருந்தா கடைசியில நேரம் தர்றேன். மேடைல வந்து பேசுங்க!" என்று, நூலாசிரியர் கேட்டுக்கொண்டும் மதிமாறன் காதில் வாங்கிக்கொள்ளவில்லை. அடுத்தக் கேள்விகளைக் கேட்கத் தொடங்கினார். நான் மெல்ல அரங்கிலிருந்து வெளியேறி தேநீர்க் கடையைத் தேடிப் போனேன்.

அதற்குப் பிறகு, நான் சென்ற பல கூட்டங்களில் மதிமாறனையும் அவரது கேள்விகளையும் எதிர்கொள்ள நேர்ந்தது. ஒரு ஆக்டோபஸ்போல மதிமாறன் தன் கைகளை நீட்டி என் உலகத்துக்குள் நுழைவதாய் உணர்ந்தேன்.

இலக்கியக் கூட்டங்கள் மட்டுமல்லாமல் அரசு விழாக்கள், பல்கலைக்கழகக் கருத்தரங்குகள், வணிக நிறுவனங்களின் இலக்கியப் பங்களிப்புகள் என எந்தக் கூட்டத்துக்குச் சென்றாலும் மதிமாறன் கேள்விக் கணைகளுடன் அங்கு இருந்தார்.

'என் மனசாட்சியின் இன்னொரு உருவம்தான் மதிமாறனோ!' என்று நான் பயந்ததும் உண்டு. கூட்டங்கள் இல்லாத நாட்களில், கைகளை வீசி காற்றிடம் கேள்வி கேட்கும் மதிமாறனின் சித்திரம் ஒன்று அடிக்கடி என் மனதில் வந்துபோகும்.

ஒருநாள், பேச்சாளரின் அறுவை தாங்காமல் கூட்டத் திலிருந்து வெளியே வந்தேன்.

ஏற்கனவே, வெளியே நின்றிருந்த மதிமாறன், என்னைப் பார்த்துப்புன்னகைத்தார். பயத்துடன் பதிலுக்குப்புன்னகைத்தேன். "கேள்வி கேட்டா வெளியே துரத்துறாங்க... இலக்கியம் எப்படி வளரும்?" என்றார், என்னைப் பார்த்து! எனக்கு முன்பே வந்து, கேள்வி கேட்டு வெளியேற்றப்பட்டிருக்கிறார் என்று புரிந்தது.

கிளம்பலாம் என்று எண்ணுகையில் எங்கள் அருகில் ஒரு ஸ்கூட்டி வந்து நின்றது. பற்கள் முன்துறுத்தி கறுத்த நிறத்திலிருந்த ஒரு பேரிளம்பெண் அதிலிருந்து இறங்கி மதிமாறனைப் பார்த்து, "இங்கதான் இருப்பீங்கன்னு நினைச்சேன்... எனக்கு ஆபீஸ்ல ஓவர்டைம் இருக்குன்னு சொன்னேன் இல்ல? குழந்தைய ஏன் ஸ்கூல்ல இருந்து கூட்டிக்கிட்டு வரலை?" என்று கேட்டார்.

அவர், மதிமாறனின் மனைவி என்று புரிந்தது. மதிமாறன் சங்கோஜத்தின் நுனியில் நின்றபடி என்னையும் தன் மனைவியையும் மாறி மாறிப் பார்த்தார். "கேஸ் தீர்ந்துடுச்சா... ஏன் போன் பண்ணலை? பர்ஸ்ல இருந்த ஐநூறு ரூபாயைக் காணோம்... என்ன பண்ணீங்க?" என அடுத்தடுத்த கேள்விகள், பதில் கூறுவதற்கு முன்பே மதிமாறனை நோக்கி வந்துகொண்டிருந்தன.

அவர் எல்லாவற்றுக்கும் ஈனஸ்வரத்தில் "உம்... உம்..." என சொல்லிக்கொண்டிருந்தார். நான் மெல்ல அந்த இடத் திலிருந்து நழுவினேன்.

அதற்குப் பிறகு, இன்று வரை மதிமாறனை பல கூட்டங்களில் கேள்விகளோடு சந்திக்கிறேன். ஏனோ, முன்பிருந்த எரிச்சலும் கோபமும் மறைந்து ஒரு இரக்க உணர்வையே இப்போதெல்லாம் அந்தக் கேள்விகள் ஏற்படுத்துகின்றன.

ஆமாம், வாழ்க்கை ஒரு நதியாக ஓடிக்கொண்டு இருக்கிறது. எந்தப் பக்கம் ஓடுகிறது!?

எழுத்து, பொருள், சொல்.

'காதலைக் காதல் என்றும் சொல்லலாம்!'

– பூமா ஈஸ்வரமூர்த்தி

குழந்தைகள், ஒவ்வொன்றுக்கும் புதுப்புது பெயர்களைக் கண்டுபிடிக்கிறார்கள். எல்லாக் குழந்தைகளின் அகராதியிலும் 'நாய்' என்றால் 'ஜூஜூ'... 'பறவை' என்றால் 'கிக்கீ'! மொழி தோன்றுவதற்கு முந்தைய ஆதிவாசிக்கு, மரம் என்பது ஒரு சித்திரம். புலி என்பது ஒரு பயச்சித்திரம்.

ஒன்றிலிருந்து ஒன்றை அடையாளப்படுத்துவதற்காக மொழியும், பெயர்ச்சொற்களும் தோன்றியபோது, வாழ்க்கையின் ஆச்சர்யங்களும், புதிர்களும் தொலைந்துவிட்டன.

முதன்முதலில் ஒரு மரத்துக்கு 'மரம்' என்று பெயர் வைத்தவனுடைய கற்பனையின் பரவசம் அடுத்த தலைமுறைக்கு இல்லாமல் போயிற்று. மரத்தை மரமாகப் பார்க்காமல் மொழியறிந்த குழந்தைகள் மாமரமாகப் பார்க்கின்றன. உலகம் தன் இயந்திரக் கைகளால் ஒரு குழந்தையை சிறுவனாக மாற்றுகிறது. பின்னாட்களில் அந்தச் சிறுவன் மாமரத்தைக் கட்டிலாகப் பார்க்கிறபோது இளைஞனாகிறான்; கதவாகப் பார்க்கிறபோது குடும்பஸ்தன் ஆகிறான்; வெட்டி எரிக்கிறபோது வயோதிகன் ஆகிறான்.

கல்லூரியில் என்னுடன் படித்த நண்பன் கண்ணனை நினைக்கிறபோதெல்லாம் எனக்கு இந்த சிந்தனைகள்தான் மனதில் ஓடும். கண்ணன் ஒரு வளர்ந்த குழந்தை. ஒல்லியாகக்

கிட்டத்தட்ட ஆறடி இருப்பான். கலைந்த கேசமும், கசங்கிய சட்டையும் அவனது அலட்சிய குணத்தின் வாயிற்படிகள். அஃறிணை, உயர்திணை என எதைப் பார்த்தாலும் கண்ணன் அதற்கொரு பட்டப்பெயர் வைத்துவிடுவான்.

கண்ணன் வைக்கும் பெயர்களின் ரசிகர்களாக கல்லூரியில் ஒரு பெரும் பட்டாளமே இருந்தது. கல்லூரி கேண்டீனுக்கு 'மரண விலாஸ்'; கணக்குப் பேராசிரியருக்கு 'கோழி'; முதல்வருக்கு 'நாட்டாமை'; பேருந்துக்கு 'நத்தை'; ஜாக்கிசானுக்கு 'அதிரடி அகத்தியர்' என்றெல்லாம், தொடக்க காலத்தில் கண்ணன் வைத்த பெயர்கள் இன்றைக்கும் எங்கள் கல்லூரியில் புழக்கத்தில் இருக்கின்றன.

பின்னாட்களில் கண்ணனின் மொழியறிவு முதிர்ச்சி அடைந்து, அவன் வைக்கும் உருவகப் பெயர்கள் முதல் பார்வையில் புரியாமல் போயின. உதாரணமாக மின்விசிறிக்கு 'குடிகாரன்' என்றும், உலகத்துக்கு 'மதுப்புட்டி' என்றும் நாமகரணம் செய்திருந்தான். யோசிக்கும்போதுதான் இரண்டுக்கும் உள்ள தொடர்புகள் புலப்படும்.

ஒருமுறை கண்ணனை அவனுடைய பெற்றோர் அடித்து உதைத்து மனநல மருத்துவமனையில் சேர்த்திருந்தார்கள். எங்கள் வகுப்பே திரண்டு போய் பார்த்துவிட்டு வந்தோம். கல்லூரியில் மட்டுமல்ல, வீட்டிலும் கண்ணன் சதா நேரமும் பெயர் வைத்துக்கொண்டிருப்பதாகவும், தன் அப்பாவை 'கம்பி' என்றும், அம்மாவை 'சங்கிலி' என்றும் கூப்பிட்ட சம்பவம்தான் மனநல மருத்துவமனை வரை கொண்டுவந்திருக்கிறது என்று அறிந்தோம்.

ஒரு எறும்பைப்போல கண்ணனின் மனம் எப்போதும் சொற்களைத் தேடி ஊர்ந்துகொண்டிருந்தது.

மனநல மருத்துவருக்கு 'வான்கோழி' என்று பெயர் வைத்து, அவரிடமே அவன் சொன்னபோது, அவர் தன் சிறகுகளைக் காற்றில் விரித்துக் காட்டி சில மாத்திரைகளை எழுதித் தந்து, "காலப்போக்கில் சரியாகிவிடும்" என்று வீட்டுக்கு அனுப்பி வைத்து, பெருமூச்சு விட்டதாக நண்பர் சொல்லக் கேட்டிருக்கிறேன்.

கண்ணனின் தேர்வுத்தாள்களைத் திருத்தும்போது கல்லூரிப் பேராசியர்களுக்கு புதுத் தலைவலி தொடங்கியது. பித்தாகரஸ் தேற்றத்தைப் பற்றிய கேள்விக்கு ‘பிச்சாண்டியின் புதிர்’ எனத் தலைப்பிட்டு விடை எழுதியிருந்தான், கண்ணன். கேள்விக்கான விடை சரியாக இருந்தது என்றாலும், மாற்றி அமைக்கப்பட்ட பெயர்கள் கனவுகளிலும் பேராசிரியர்களைத் துரத்த ஆரம்பித்தன.

கல்லூரி இறுதியாண்டில் கண்ணன் அரூப வார்த்தைகளில் பெயர் வைக்க ஆரம்பித்தான். அந்த வார்த்தைகளில் தமிழ் இருந்தாலும், மொழியில்லாத மொழியின் சொற்களும் தென்பட ஆரம்பித்தன. கல்லூரித் தோட்டத்தில் திரிந்துகொண்டிருந்த ஒரு அணிலைப் பார்த்து ‘கோடாண்ட கலீலோ’ என்று அவன் பெயர் வைத்தான்.

அதுவரை அவனுடைய ரசிகர்களாக இருந்தவர்கள் அமானுஷ்யமான பயத்துக்குள் தாங்கள் தள்ளப்பட்டதாகவும், கண்ணனை முனி பிடித்துவிட்டதாகவும் பின்பு தெரிவித்தார்கள். சில வேளைகளில் வானத்தைப் பார்த்து ஏதோ பேசிவிட்டு அருகில் இருக்கும் பொருட்களுக்கு அரூபமாக பெயர் வைப்பான். அந்தப் பெயர்கள் யாருக்கும் புரிவதில்லை. கடவுளின் மொழி யாருக்குப் புரியும்?

நகரிலேயே பேரழகியான ஒருத்தியை கண்ணன் ‘தொம்பித்தா’ என்று அழைத்தபோது, ஏதோ கெட்ட வார்த்தையில் திட்டுகிறான் என்று எண்ணி, அவள் செருப்பால் அடித்து சத்தம்போட்ட நாளில்தான் கண்ணனின் கல்லூரி வாழ்க்கை முடிவுற்றது.

அதற்குப்பிறகு, அவனைச் சந்திக்கும் சந்தர்ப்பங்கள் குறைந்து, நான் மேற்படிப்புக்காக சென்னைக்கு வந்துவிட்டேன். விடுமுறையில் ஊருக்குச் சென்றபோது கண்ணனைப் பற்றி விசாரித்தேன். ராணுவத்தில் சேர்ந்துவிட்டதாக நண்பர்கள் மூலம் பதில் வந்தது.

இதெல்லாம் நடந்து முடிந்து பத்து வருடங்களுக்குப் பிறகு, உலகத் திரைப்பட விழாவுக்காக டெல்லி சென்றிருந்தேன். ஈரானிய படமொன்றைப் பார்த்துவிட்டு, அந்தப் படம் எழுப்பிய அதிர்வலைகளுடன் உப்கர் திரையரங்குப் பக்கத்தில் இருக்கும் ஒரு சர்தார்ஜி ஹோட்டலில் தந்தூரி ரொட்டிக்காகக் காத்திருந்தபோது தற்செயலாக கண்ணனைச் சந்தித்தேன்.

எனக்கு அவனை அடையாளம் தெரியவில்லை. அவன்தான் என் பெயரை இனிஷியலுடன் சொல்லியழைத்து தன்னை அறிமுகப்படுத்திக்கொண்டான்.

கன்னம் உப்பிப் போய், தொப்பை விழுந்து, பஞ்சாபிகளைப் போல் சிவந்திருந்தான். ராணுவத்தில் அலுவலகப் பிரிவில் வேலை பார்ப்பதாகச் சொன்னான். 'துப்பாக்கிகளுக்கும், தந்தூரி ரொட்டிகளுக்கும் என்ன பெயர் வைத்திருக்கிறாய்?' என கேட்க நினைத்தேன். பெயர் வைக்கும் குணத்தையே மறந்தது போல், டெல்லியின் குளிர் பனியைப் பற்றிக் கவலைப்பட்டுக் கொண்டிருந்தான்.

கடைக்கு வெளியே காரிலிருந்த ஒரு பெண்ணை தன் மனைவி என்றும், அருகிலிருந்த மூன்று வயது பையனை தன் மகன் என்றும் அறிமுகப்படுத்தினான். அந்த மூன்று வயதுப் பையன் என்னைப் பார்த்து புன்னகைத்து 'தாடிதா தக்கதா' என்றான். ஒரு கணம் கண்ணனும் நானும் ஸ்தம்பித்துவிட்டோம். நிச்சயம் அது இந்தி வார்த்தை இல்லை. கண்ணனின் மகன் எனக்கு வைத்த பட்டப்பெயர்!

அது... 'மழலைச் சொல்' என்று மாற்றி நினைத்து திருப்தி கொள்கிறது மனசு.

வெந்து தணிந்த காடு

மழையை விட, கடலை விட,
நதியை விட, குளத்தை விட
அதிமர்மமானதும்
அதிரகசியமானதுமான நீர்
கண்ணீர்!

– மாலதி மைத்ரி

('சங்கராபரணி' தொகுப்பிலிருந்து...)

கடவுள் இறந்த இரண்டாம் நாள், அவரின் சடலத்தை அறுத்து பிரேதப் பரிசோதனை செய்கிறார்கள். இதயத்துக்கு பதில் அந்த இடத்தில் சிறு பள்ளமிருந்தது. அந்தப் பள்ளத்தில் சமையலறை விறகுகளின் கரும்புகையும், பெண்களின் கண்ணீர்த்துளிகளும் இருந்தன.

காலங்காலமாக ஒரு ஆண், ஒரு பெண்ணை அடிமைப் படுத்தும் போதும், துன்புறுத்தும்போதும் கடவுளின் இருப்பு கல்லறைக்கு இடம் பெயர்ந்துவிடுகிறது.

சிறுவயதில், நாங்கள் அப்பா–அம்மா விளையாட்டு ஆடுவோம். எங்கள் வயதுச் சிறுமிகள் வீட்டிலிருந்து எடுத்து வந்த அகல் விளக்குகளில் மண்ணை நிரப்பி சோறு பொங்கும் அம்மாவாக நடிக்க, சிறுவர்கள் நாங்கள் வேலைக்குச் சென்று வீடு திரும்பும் அப்பாவாக நடிப்போம்.

"என்ன கொழம்புடீ வெச்சிருக்க?" என்று நாங்கள் கேட்க...

"கத்திரிக்கா சாம்பார்" என்பார்கள் பயத்துடன்.

"மீன் கொழம்பு ஏன்டீ வெக்கல?" என்று 'டீ'யை அழுத்திச் சொல்லி கோபப்பட்டு, இல்லாத பெல்ட்டை இடுப்பிலிருந்து உருவி அடிப்பதாய் பாவனை செய்வோம்.

அவர்களும் அழுவதாய் சிணுங்கி, "குடிச்சிட்டு காசே தர மாட்டேங்குறீங்க... நான் காட்டுல வெறகு பொறுக்கி வித்து சோறாக்குனேன். அதான்..." என்று தயக்கத்துடன் சொல்வார்கள்.

"எதிர்த்தா பேசற, முண்ட!" என்று, அவர்கள் தலைமுடியைப் பிடித்து கன்னத்தில் அறைவோம்.

எங்களுக்கு அப்பன் கொடுத்து, அப்பனுக்கு பாட்டன் கொடுத்து, பாட்டனுக்கு முப்பாட்டன் கொடுத்த 'ஆண்' என்னும் திமிர் எங்கள் பிஞ்சுக்கைகளில் குடியேறும். நாங்கள் திமிரோடும் பெண்கள் தியாகத்தோடும் வீடு செல்ல... விளையாட்டு முடிவுறும்.

'நம் சமூகம் தாய்வழிச் சமூகம். இனக்குழுவின் தலைவியாக பெண்ணே இருந்தாள்...' என்று ஆய்வுகள் சொல்கின்றன. வரலாற்றின் எந்தத் தருணத்தில், எந்த இடத்தில் பெண்ணின் கையில் இருந்து சிக்கிமுக்கிக்கல்லின் தீ பறிக்கப்பட்டு சமையல் அறையின் தீப்பெட்டி கொடுக்கப்பட்டதோ... சிறு தெய்வங்களான பெண் கடவுள்கள் பின்தள்ளப்பட்டு ஆண் கடவுள்கள் முன்னிறுத்தப்பட்டனவோ... அந்த தினத்திலிருந்துதான் 'தியாகம்' என்னும் இரும்புக்கம்பிக்குள் பெண்கள் தள்ளப்பட்டிருக்கக்கூடும்.

ஒவ்வொரு பெண்ணும் சமையல் உப்பிடமிருந்து விசுவாசத்தைக் கற்றுக்கொள்கிறாள். வெங்காயத்திடமிருந்து கண்ணீரைப் பெற்றுக்கொள்கிறாள். இட்லித்தட்டுகளிலிருந்து வெந்து தணியவும், ஈர விறகுகளிடமிருந்து உள்ளுக்குள் புகையவும் புரிந்துகொள்கிறாள். ஒரு சில பெண்கள் மட்டுமே இவற்றையெல்லாம் தாண்டி மிளகாயிடமிருந்து காரத்தையும், கோபத்தையும் கற்றுக்கொள்கிறார்கள், பரிமளா அக்காவைப் போல்!

பரிமளா அக்கா எனக்குப் பரிச்சயமானது, மாதத் தவணை ஏலச்சீட்டு பிடிக்கும் வீட்டில்தான். என் அப்பாவைப் பெற்ற பாட்டி, காஞ்சிபுரத்தில் ஒரு வீட்டில் ஏலச்சீட்டு கட்டிக்கொண்டிருந்தார்கள். அமாவாசை அன்று ஏலம் விடுவார்கள். மாதா மாதம் அமாவாசை அன்று பாட்டியுடன் நானும் எங்கள் கிராமமான கன்னிகாபுரத்திலிருந்து காஞ் சிபுரம் சென்று வருவேன். அப்போது நான் மூன்றாம் வகுப்பு படித்துக்கொண்டிருந்தேன்.

மாலையில்தான் சீட்டு ஏலம் விடுவார்கள் என்றாலும், காலையிலேயே நானும் பாட்டியும் கிளம்பி விடுவோம். இப்போது கல்யாண மண்டபமாகிவிட்ட கிருஷ்ணா டாக்கீஸில் ஏதாவது ஒரு படம் பார்த்துவிட்டு, ஸ்ரீதர் கேப்பில் எண்ணெய் மிதக்கும் அப்பளத்துடன் மதிய சாப்பாடு. பின்பு மார்க்கெட்டுக்குச் சென்று காய்கறிகள் வாங்குவோம். பகலிலேயே மின்சார விளக்குகளை எரிய விட்டு அம்பாரமாக தக்காளி, உருளைக்கிழங்கு குவித்து வியாபாரம் செய்யும் மார்க்கெட்டைப் பார்க்கவே அந்த வயதில் பிரமிப்பாக இருக்கும். அதற்குள் மாலையாகி விடும். சீட்டு பிடிக்கும் வீட்டுக்குச் செல்வோம். கூடம் முழுக்க பத்துப் பதினைந்து பெண்கள் அமர்ந்து ஏலம் கேட்டுக்கொண்டிருப்பார்கள். எனக்கு அந்த ஏலம் விடும் பாட்டியைப் பிடிக்கவே பிடிக்காது. நெற்றியில் பெரிய வட்டமாக குங்குமப்பொட்டு வேறு பயமுறுத்தும். அந்தச் சமயங்களில் பரிமளா அக்கா என்னை மடியில் தூக்கி வைத்துக்கொள்ளும்.

பரிமளா அக்காவுக்கு அப்போது இருபத்தைந்து வயதிருக்கும். காதில் பெரிய பெரிய வளையங்களைப் போட்டிருக்கும். பார்க்க அழகாக இருக்கும். ஏலம் முடிந்து, 'தள்ளு' பணம் போக மீதி காசு வாங்கிக்கொண்டு பாட்டியும் பரிமளா அக்காவும் அருகிலிருக்கும் ஏகாம்பரநாதர் கோயிலுக்கு அழைத்துச் செல்வார்கள். வௌவால்கள் கிறீச்சிடும் கோயில் பிராகாரத்தில் அமர்ந்து பேசிக்கொண்டிருப்பார். பெரும்பாலும் அந்தப் பேச்சுகள் பரிமளா அக்காவின் விசும்பல் ஒலியுடன்தான் முடியும். "தெனமும் குடிச்சிட்டு வந்து அடிக்குறாரு பாட்டி. எதுக்கு எடுத்தாலும் சந்தேகம். யாராவது ஆம்பளைங்க வீட்டுக்கு வந்தா பேசக்கூடாது. தண்ணி கேட்டாக்கூட அவரேதான்

கொண்டு போயி தருவாரு. வாசல்ல காய்கறிக்காரர்கிட்ட பேசுனாகூட உள்ள கூப்பிட்டு சிகரெட்டால சூடு வெப்பாரு... அதுவும் எங்க? கழுத்துக்குக் கீழ... தெனம் தெனம் செத்துப் பொழைக்குறேன்..!" என்று பரிமளா அக்காவின் அழுகை அதிகரிக்கும். "என்ன பண்றது... பொண்ணா பொறந்துட்டம்... பொறுத்துப் போ" என்று பாட்டியின் குரல் ஆறுதல் சொல்லும். கொஞ்சநேரம் கழித்து, "போலாமாடா?" என்று கண்ணீரைத் துடைத்தபடி பரிமளாக்கா லேசாகச் சிரிக்கும்.

பரிமளா அக்காவின் கணவர் ஒரு தனியார் வங்கியில் கடைநிலை ஊழியராகப் பணியாற்றிக்கொண்டிருந்தார். ஓரிரு முறை அவர்கள் இருவரும் சைக்கிளில் செல்லும்போது பார்த்திருக்கிறேன். கறுப்பாக பெரிய மீசையுடன், பரிமளா அக்காவின் அழகுக்குப் பொருத்தமில்லாமல் இருப்பார். 'அடுத்தமுறை, பரிமளா மாமா சைக்கிளில் செல்லும்போது யாருக்கும் தெரியாமல் கல்லால் அடித்துவிட்டு ஓடிவிட வேண்டும்' என்று நினைத்துக் கொள்வேன்.

எங்களை பேருந்தில் ஏற்றிவிட்டு பரிமளாக்கா விடைபெறும். பேருந்தில் வரும்போது எதுவும் பேசாமலேயே பாட்டி மௌனமாக வருவார்கள்.

அடுத்த அமாவாசை சீட்டுக்கு நாங்கள் சென்றபோது பரிமளா அக்காவைக் காணவில்லை. எல்லாரும் அரசல் புரசலாக பரிமளாக்காவைப் பற்றிப் பேசிக்கொண்டது காதில் விழுந்தாலும் என்ன விஷயமென்று எனக்குப் புரியவில்லை. பாட்டியிடம் கேட்டதற்கு, "அடுத்த மாசம் வரும்டா" என்று மட்டும் சொன்னார்கள். 'சின்னப் பையன்... பயந்துவிடுவான்' என்று அன்று அவர்கள் என்னிடம் மறைத்த விஷயம் ஓரிரு நாட்களில் வேறொரு உறவுக்காரப் பெண் மூலம் வெளிவந்தது.

பரிமளாக்கா, தன் புருஷனின் தலையை வெட்டிவிட்டதாம்! வெட்டிய தலையை இட்லி குண்டானில் வைத்து எடுத்துக் கொண்டுபோய், போலீஸ் ஸ்டேஷனில் சரண்டராகி விட்டதாம். கேஸ் நடக்கிறதாம்!

"உண்மையா?" என்று பாட்டியிடம் கேட்டேன். எதுவும் சொல்லாமல் அழுதுகொண்டிருந்தார்!

ஒரு ரூபாய் ரகசியம்

"ராமச்சந்திரனா?" என்று கேட்டேன்.
"ஆமாம்" என்றான்.
'எந்த ராமச்சந்திரன்?'
என்று நான் கேட்கவும் இல்லை...
அவன் சொல்லவும் இல்லை!
— கவிஞர் நகுலன்.

பாறையில் மோதும் மேகங்கள், நீர்த்துளிகளாகச் சிதறி சூன்யத்துக்குள் பயணிக்கும் மலைக்குடில் ஒன்றில், சீடர்கள் மூவர் குருவிடம் கேட்டனர்; "கடவுளை மனதால் நெருங்குவது எப்படி?"

உள்ளிழுத்த காற்றை லயமாய் வெளியனுப்பி குரு பதில் சொன்னார்; "உங்கள் மனதின் எண்ணங்களை ஒரு சில நொடிகள் உற்றுப் பார்த்து, தோன்றியவற்றை எழுதிக்கொண்டு வாருங்கள்!"

முதல் சீடன் எழுதினான், 'பலாமரத்திலிருந்து உதிரும் இலைகள், வருத்தம் எதுவுமில்லை!'

இரண்டாம் சீடன் எழுதினான், 'கதவு திறந்த பின், அறையின் இருட்டிடம் வெளிச்சம் பேசும் ஓசை!'

மூன்றாம் சீடன் எழுதினான், 'குளிர், தேநீர், எதிர் வீட்டுப் பெண், எப்போதோ குடித்த மது, தற்கொலை, மலைப்பாதை நாய், குருவுக்கு ஒன்றரைக்கண், கூர் தீட்டாத பென்சில்!'

மூன்றையும் படித்த குரு புன்னகையுடன் சொன்னார்... "கடவுளை மனதால் அடைவது அத்தனை எளிதல்ல. ஏனெனில் மனம் என்பது பைத்திய எண்ணங்களின் தொகுப்பு! காற்றில் மிதக்கும் தூசிகளுக்கு திசை என்பது இல்லை!"

குருவுக்கும் சீடர்களுக்கும் இடையிலான உரையாடலைப் போல, உலகில் மிகவும் சிக்கலானதும், புரிந்துகொள்ள முடியாததும் எது?

ஒரு ஐந்து நிமிடம் ஆழ்மனதை உற்றுப் பார்த்து, என்னென்ன நினைக்கிறோமோ அவற்றை எல்லாம், ஒரு காகிதத்தில் எழுதி வைத்துப் படித்துப் பார்த்தால் நம்மீதே நமக்கு பயம் வந்துவிடும். வாழ்வின் ஆகச்சிறந்த புதிரை, மனமென்னும் கடலுக்குள் மீண்டும் மீண்டும் மோதி உடையும் அலைகளே தோற்றுவிக்கின்றன.

என் அப்பாவுக்கும் லட்சுமணனுக்கும் இருந்த உறவைப் பற்றி நினைக்கையில், 'இரண்டு மனித மனங்கள் தங்களுக்குள் ஆடிய சூதாட்டம்' என்றே அதைச் சொல்லத் தோன்றுகிறது. அப்பாவும் லட்சுமணனும் சந்தித்துக்கொள்ளும் அய்யம்பேட்டையில் ஒரு டீக்கடை இருந்தது. காஞ்சிபுரத்தைச் சுற்றி உள்ள நிறைய ஊர்களின் பெயர்கள் பேட்டை என்றே முடியும். நத்தப்பேட்டை, நசரத்பேட்டை, முத்தியால்பேட்டை, கருக்குப்பேட்டை, ஏகனாம்பேட்டை, ராஜாம்பேட்டை, ஒலி முகமது பேட்டை என நாங்கள் அனைவரும் கோட்டைக்குள் வாழாவிட்டாலும் பேட்டைக்குள் வாழ்ந்தோம். அய்யம்பேட்டையை 'கிராமங்களின் அண்ணன்' என்று சொல்லலாம்.

கிராமமும் அல்லாத, நகரமும் அல்லாத ஓர் ஊர். இரண்டு சைவ ஓட்டல்கள்; நாலைந்து வீர அசைவ புரோட்டாக் கடைகள்; டிஸ்கோ சிகை அலங்காரங்களுடன் கமல், ரஜினி படம் வரைந்த முடித்திருத்தகம்; எப்போது சென்றாலும் யாராவது ஒருவர் தும்மிக்கொண்டிருக்கும் மாவு மில்; காற்றின் திசையெங்கும் மருந்து வாசம் பரப்பும் அரசாங்க மருத்துவமனை; காட்டன் புடவைகளும் சீட்டித் துணிகளும் விற்கும் ஜவுளிக்கடை (ஸ்தாபிதம் 1932); 'மருதமலை மாமணியே' என இரவுக்காட்சிக்கு அழைக்கும் சீதாலட்சுமி டாக்கீஸ்... என சுற்றி உள்ள பேட்டைகளின் பொருளாதாரமும், பொழுதுபோக்கும் அய்யம்பேட்டையைச் சார்ந்தே இருந்தன.

அய்யம்பேட்டையிலிருந்து எங்கள் ஊர் மூன்று கிலோ மீட்டர். தினமும் காலையில் எழுந்ததும் அப்பா, சைக்கிள் எடுத்துக்கொண்டு அய்யம்பேட்டை சென்று வருவார். அங்கு ஒரு தேநீர்க் கடையில் நாளிதழ்களைப் படித்துவிட்டு, வீட்டுக்கு வந்து குளித்துவிட்டு, அவர் ஆசிரியராகப் பணியாற்றும் பள்ளிக்குச் செல்வது வழக்கம்.

சிறுவயதில், ஒரு ஞாயிற்றுக்கிழமை, நானும் அப்பாவுடன் அய்யம்பேட்டை சென்றேன். தேநீர்க் கடையில் சென்று மர பெஞ்சில் அமர்ந்ததும், அப்பாவுக்கென காத்திருந்ததுபோல் எதிரிலிருந்த சலூனிலிருந்து லட்சுமணன் ஓடி வந்தார். அழுக்கு வேட்டி, சாயம்போன சட்டை, காலிலிருந்த செருப்பில் வார் அறுந்து சணல்கயிற்றால் கட்டப்பட்டிருந்தது. அப்பாவைவிட நாலைந்து வயது அதிகமிருக்கும். அவரைப் பார்த்ததும் அப்பா, "மூணு டீ" என்றார். தேநீர் குடித்து முடிக்கும்வரை இருவரும் எதுவும் பேசிக்கொள்ளவில்லை. கிளம்பும்போது அப்பா அவரிடம் ஒரு ரூபாய் கொடுக்க, வாங்கிக்கொண்டு "வர்றேன் வாத்தியாரே" என்று விடைபெற்றார்.

அடுத்த நாளும் அப்பாவுடன் செல்ல வேண்டிய வேலை இருந்ததால் அய்யம்பேட்டை சென்றோம். அதே தேநீர்க் கடை, அதே லட்சுமணன், அதே 'மூணு டீ', கிளம்பும்போது ஒரு ரூபாய். 'வர்றேன், வாத்தியாரே'. வீட்டிற்குத் திரும்புகையில் அப்பாவிடம் கேட்டேன்.

"யாருப்பா அவரு?"

"பேரு லட்சுமணன். ஊரு நத்தப்பேட்டை!"

"அவருகிட்ட நீங்க கடன் வாங்கியிருக்கீங்களாப்பா?"

"இல்லை."

"அவரு உங்க ஃபிரெண்டா?"

"இல்லை!"

"நம்ம தூரத்துச் சொந்தக்காரரா?"

"இல்லடா... எதுக்குக் கேக்குறே?"

"பின்ன எதுக்கு தெனமும் ஒரு ரூபா கொடுக்குறீங்க?"

"பழக்கமாயிடுச்சுப்பா. வந்து நிப்பாரு. கொடுப்பேன்!"

“எவ்வளவு நாளா கொடுக்குறீங்க?”

“நாலு வருஷத்துக்கு முன்னாடி ஒருநாள் ‘பசிக்குது’ன்னு சொன்னாரு. ஒரு ரூபா கொடுத்தேன். தெனமும் வருவாரு. பாவம்டா!”

“அதுக்காக... ஒரு ரூபாவா கொடுப்பாங்க?”

“இதெல்லாம் உனக்குப் புரியாது. உன் வேலையைப் பாரு” என்றார் கோபத்துடன்.

என்னால் தாங்கிக்கொள்ள முடியவில்லை. அந்நாட்களில் ஒரு ரூபாய்க்கு, நூறு ‘ஒரு காசு தவிட்டு பிஸ்கெட்டுகள்’ வாங்கலாம். இடைவேளையில் முறுக்குடன் படம் பார்க்கலாம். நான் ஆசையாய் ஹார்லிக்ஸ் பாட்டிலில் வளர்க்கும் மீன் குஞ்சுகளுக்கு மாசம் முழுக்க தீனி போடலாம். இந்த அப்பா யாரோ தெரியாத ஒருவருக்கு ஒரு ரூபாய் தினம் தினம் கொடுக்கிறாரே என்று கோபம் கோபமாக வந்தது.

வீட்டுக்கு வந்ததும் அப்பாவின் ஒரு ரூபாய் ரகசியத்தை எல்லாரிடமும் சொன்னேன். ஒரு ரூபாய்க்கு பாட்டில் நிறைய கடலை எண்ணெய் வாங்கலாம்; நான்கு முழம் மல்லிப்பூ வாங்கலாம்; மாங்காய் வாங்கி ஊறுகாய் போட்டால் ஒரு வாரம் வரும்; வீட்டிலும் கோபப்பட்டார்கள். அப்பா இப்போது ஒருமையிலிருந்து பன்மைக்கு மாறினார்.

“இதெல்லாம் உங்களுக்குப் புரியாது... உங்க வேலையைப் பாருங்க!”

அடுத்த நாளிலிருந்து அப்பா அய்யம்பேட்டை கிளம்பும் போதெல்லாம், “கடன்காரன் காத்துக்கிட்டிருப்பான்ல... அதான் கெளம்பிட்டாரு..!” என்பார்கள் வீட்டில். அப்பா காதில் வாங்காததுபோலச் சென்றுவிடுவார்.

அப்பாவுக்குக் காய்ச்சல் வந்து படுத்திருந்தால் என்னிடம் காசு கொடுத்து அனுப்புவார். நான் மறுப்பேன்.

“வாத்தியாரு கொடுத்தாருன்னு கொடு” என்று எதிர்வீட்டுப் பையனை அனுப்புவார்.

சிலவேளைகளில், “நேரமாச்சு வாத்தியாரே, வேலை இருக்கு. சீக்கிரம் கொடு” என்று அப்பாவை லட்சுமணன் மிரட்டுவதும் நடக்கும்.

“இருப்பா... சில்லறை மாத்தணும்” என்பார் அப்பா அப்பாவியாக.

அப்பாவுக்கும் அவருக்கும் இடையில் இருந்தது என்ன பந்தமா? நட்பா? நெருங்கிய உறவா? தன்னைச் சார்ந்து ஒருவன் இருக்கிறான் என்கிற முதலாளித்துவ மனோபாவமா?

அப்பாவுடன் பிறந்தவர்கள் பெண்கள்தான். சிறுவயதில் அப்பாவுக்கு முன்பு பிறந்த அண்ணன் இறந்து விட்டாராம். இன்னொரு அண்ணனாய் இவரைப் பார்த்தாரா? இதுவரை புரியாத புதிர் அது. அந்த லட்சுமணன் கோட்டை சீதை தாண்டி இருக்கலாம். கடைசி வரை இந்த லட்சுமணன் கோட்டை அப்பா தாண்டியதே இல்லை.

பின்னாட்களில் அப்பா, திருவள்ளூருக்கு மாற்றலாகிச் சென்றபோது நான் காஞ்சிபுரம் பச்சையப்பன் கல்லூரியில் இளங்கலை படித்துக்கொண்டிருந்தேன். ஒருமுறை அதே தேநீர்க் கடையில் லட்சுமணனைப் பார்த்தேன். “வாத்தியாரு நல்லா இருக்காரா?” என்றார்.

“நல்லா இருக்காரு” என்று சொல்லிவிட்டு, சட்டைப் பையிலிருந்து ஐந்து ரூபாய் எடுத்துக்கொடுத்தேன். வாங்க மறுத்து, விலகிச் சென்றார்.

ஒருநாள் அவர் பாம்பு கடித்து இறந்த செய்தி கேள்விப்பட்டு லட்சுமணனின் முகவரி விசாரித்து நானும் அப்பாவும் சென்றோம்.

சாணித்தரை மெழுகிய கூரைவீடு. வாசலில் பிணத்தைக் கிடத்தியிருந்தார்கள். வைக்கோலை எரிய வைத்து அந்தத் தீயில் சூடேற்றி பறையடித்துக்கொண்டிருந்தார்கள். ஆங்காங்கே சாவுக்கு வந்த உறவினர்களின் குழந்தைகள் விளையாடிக்கொண்டிருக்க, ஒருசிலர் சாப்பாட்டுக்கடையை நோக்கி, யாருக்கும் சொல்லாமல் மெல்ல மெல்ல நழுவிக் கொண்டிருந்தார்கள்.

அப்பா வாங்கி வந்த ‘ரோஜாவும் சம்பங்கியும் ஜரிகையில் சிறைப்பட்ட மாலையை’ லட்சுமணன் கழுத்தில் போட்டுவிட்டு நானும் அப்பாவும் நிமிர்ந்து பார்த்தோம்.

பிணத்தின் நெற்றியில் ஒரு ரூபாய்!

பவழ நாட்டு இளவரசன்

வசந்தம் வந்தபோது
எத்தனை பேர் கோயிலில்...
இலையுதிர்காலத்தில்
கதவை மூடிய பிட்சு மட்டுமே!

– ஜென் தத்துவம்

எல்லா நாட்களுமே ஒன்றுபோல விடிவதில்லை. சில நாட்கள், இரவிலிருந்து உதிர்ந்து வெளிச்சத்துக்குள் விழும்போதே ஆசிர்வதிக்கப்பட்டு, ஆச்சர்யங்களையும் புதிர்களையும் அழைத்து வருகின்றன.

முப்பது வருடங்களுக்கு முன்பு அப்படிப்பட்ட ஒரு நாளின் காலையில், சிறுவர்கள் நாங்கள், எங்க ஊர் மைதானத்தில் கிட்டிப்புள் விளையாடிக்கொண்டிருந்தோம். வானத்தில் திசையற்ற திசையை நோக்கிப் பறந்துகொண்டிருந்த பறவைக்கூட்டம் ஒன்று, எங்க ஊர் மரங்களின் மீது வந்து அமர்ந்தது.

பறவைகளின் பாஷையை அறிந்த சிநேகிதன் ஒருவன், இரண்டு பறவைகள் தங்களுக்குள் பேசிக்கொண்டதை மொழி பெயர்த்துச் சொன்னான்.

பறவை ஒன்று: எதற்காக வழி மாறி இந்த ஊரில் தரை இறங்கியிருக்கிறோம்?

பறவை இரண்டு: இந்த ஊர் மக்களில் சிலர் அடுத்த மாதம் நடக்க இருக்கும் கோயில் திருவிழாவுக்காக தெருக்கூத்து நடத்தப்போகிறார்கள். அதுவும் எப்படி? அவர்களே கூத்தில் நடிக்கப் போகிறார்கள்! அதற்காக செய்யாரிலிருந்து கூத்து வாத்தியார் ஒருவர் வசனங்களைக் கற்றுத் தர வரப்போகிறார். இனி வரும் முப்பது நாட்களும் பல கூத்துகள் இந்த ஊரில் நடக்கப் போகின்றன. பார்த்து விட்டுப் பறப்போம்.

முன்பக்க கண்ணாடிக்குக் கீழிருக்கும் இயந்திரங்கள் எல்லாம் வெளியே தெரியும்படி வெற்றி 'நடை' போட்டுக் கொண்டிருக்கும் 'கண்ணன் சர்வீஸ்' பஸ், வழக்கம்போல் டீசல் புகையும் புழுதியும் கலந்த விநோதமான ஒரு வண்ணத்தை, புளியமர இலைகளுக்கும் மஞ்சள் பூக்களுக்கும் பரிசாகக் கொடுத்துவிட்டு, புளியமர ஸ்டாப்பில் நின்றபோது அதிலிருந்து ஆர்மோனியப்பெட்டியுடன் கூத்து வாத்தியார் கணபதி இறங்கினார்.

கணபதி வாத்தியார் பால்ய வயதிலிருந்து புரிசையில் தெருக்கூத்து கற்று தனியாக நாடகக் குழு நடத்திவருபவர். கூந்தல் வளர்த்து, குங்குமப்பொட்டு வைத்து, வயதிலும் தோற்றத்திலும் நடிகை காந்திமதிக்கு ஆண்வேடம் போட்டது போலிருந்தார். நாங்கள் அவரது ஆர்மோனியப் பெட்டியைத் தொடர்ந்தோம்.

"டே.... குமாரு... இதுதாண்டா பாட்டுப் பெட்டி..!"

"எம்ஜியாரு பாட்டுப் பாடுமா?"

"நம்பியாரு வந்து சண்டை போட்ட பிறகு பாடும்..!"

கணபதி வாத்தியாருக்கு கோயிலையொட்டி தங்குவதற்கு ஏற்பாடானது. தினமும் ஒவ்வொரு நடிகரின் வீட்டில் சாப்பாடு. அன்றைய சாராயத்திற்கும் அவர்களே பொறுப்பு. இரவு எல்லாரையும் ஒத்திகைக்கு வரச் சொன்னார். இளைஞர்களும் நடுத்தர வயதினருமாக இருபது பேர் கூடியிருந்தனர். பெரும்பாலும் எல்லோரும் நெசவுத்தொழில் செய்பவர்கள். எழுதப் படிக்கத் தெரியாது. வாத்தியார் சொல்லச் சொல்ல, வசனங்களை மனப்பாடம் செய்யவேண்டும்.

கூத்து கற்பவர்களில் கிருஷ்ணன் மட்டும் படிக்கத் தெரிந்தவர். அந்தக் காலத்து மூன்றாம் வகுப்பு. சில வார்த்தைகள்

தகராறு செய்தாலும், டீக்கடை பேப்பரின் உபயத்தால் தமிழ் எழுத்துகளுடன் இன்னமும் உறவு வைத்துக்கொண்டிருந்தார். கிருஷ்ணன்தான் கூத்தில் ராஜபார்ட் வேடம்.

தெருக்கூத்தின் தலைப்பு 'பவழ நாட்டு இளவரசன் (அல்லது) வீரவர்மனின் வெற்றி'. ஒத்திகை தொடங்கியது. சாராய நெடி காற்றில் கலக்க வாத்தியார் சொல்லச் சொல்ல, வசனங்களை மனப்பாடம் செய்யவேண்டும். பள்ளிக்கூடத்தில் படிப்பவன் என்பதால் வசனங்களைப் படித்துக்காட்ட உதவிக்கு என்னையும் வரச்சொல்லியிருந்தார்கள். வசனங்களை நான் படிக்கப் படிக்க, நடிப்பவர் திரும்பச் சொல்லவேண்டும். 'அண்ட சராசரங்கள் நடுநடுங்க ஆட்சி செய்து வருகிறேன்' என்று நான் சொல்ல, 'அண்டா சரசாவுடன் நடுநடுங்க...' என்பார் நடிகர்.

கணபதி வாத்தியார் பபூன் வேடம் போடுபவருக்கு சினிமாப்பாட்டு மெட்டில் வேறு வேறு வார்த்தைகள் போட்டு சொல்லிக்கொடுப்பார். சொல்லி முடித்து, "பாடிக் காட்டுங்க, பார்ப்போம்" என்பார்.

"சோதனை மேல் சோதனை... சொறியச் சொறிய வேதனை..!", "குன்றத்திலே குமரனுக்கு நெஞ்சு வலி..."

"போதும்... போதும், மீதியை மேடையில் பாடலாம்..."

முப்பது நாளும் மூன்று நாள் போல ஓடின. திருவிழாவன்று அரங்கேற்றம் தொடங்கியது. சிறுவர்கள் மேடைக்குப் பின்னால் ஒப்பனை அறையைப் பார்க்க முண்டியடித்தோம். வசனத்தில் உதவி புரிந்ததால் எனக்கு மட்டும் அனுமதி கிடைத்து, மற்றவர்கள் கீற்று ஓலையின் ஓட்டைகள் வழியே பார்த்தனர்.

அம்மன் வலம் வந்து கோயிலில் அடங்கிய பின்னிரவில் கூத்து தொடங்கியது. ராஜபார்ட் வேடத்தில் கிருஷ்ணன் வெளுத்து வாங்கினார். பபூன் மேடை ஏறியபோது, சிறுவர்கள் முறுக்கு, பொரி உருண்டை மாலைகளையும்,

ஒரு சில விஷமக்காரச் சிறுவர்கள், குளத்தில் பிடித்த தவளைகளைக் காகிதத்தில் பொட்டலமாகக் கட்டிய மாலை களையும் பபூனின் கழுத்தில் போட்டு குதூகலித்தார்கள். பபூன் சிரிக்க வைத்ததை விட, தோழியாக நடித்த லோகுவின்

கொட்டாங்கச்சி மார்பு, கீழே விழுந்து உருண்டு ஓடியபோது கூட்டம் சிரித்தது. ஒவ்வொரு நடிகரும் தோன்றும்போது மாமனார், மச்சான்கள் என மேடையேறி, அவர்களுக்கு மோதிரம், தங்கச்சங்கிலி அணிவித்து மரியாதை செய்தார்கள்.

"மந்திரியாரே... நாட்டில் மாதம் மும்மாரி பொழிகிறதா?"

"மாமனார் புண்ணியத்தில் மோதிரத்தோட பெய்யுது மகாராஜா!"

அடுத்தநாள், காலை மேடையைப் பிரித்து மாட்டு வண்டியில் ஏற்றும்போது, ஒப்பனை அறை, மண்ணில் உதிர்ந்த ஜிகினா துகள்களுடனும், வண்ண வண்ண சாயங்களுடனும் வசீகரம் இழக்காமல் இருந்தது.

ராஜபார்ட்டாக நடித்த கிருஷ்ணனை சினிமாவில் வாய்ப்புத் தேடி போகச்சொல்லி ஒரு சிலர் உசுப்பி விட, பின்னாட்களில் அவரும் கோடம்பாக்கம் சென்று டயர் செருப்பு தேயத் தேய வாய்ப்புத் தேடினார். கடைசியாக நடிகர் மோகன் மைக் பிடித்தபடி பாடிய ஒரு படத்தின் பாடல் காட்சியில் பார்வையாளர்களாக நடித்த துணை நடிகர்களுடன் எட்டாவது வரிசையில் பதின்மூன்றாவது ஆளாக முகம் காட்டி, இயக்குநர் சொன்னபோதெல்லாம் தலைக்கு மேல் கைகளைத் தூக்கிப் பாராட்டுவதுபோல கைதட்டி, உள்ளங்கைகள் சிவக்க கலைத் தாகம் தணிந்து ஊர் வந்து சேர்ந்தார். படம் வந்தபோது அவர் கைதட்டிய காட்சி எடிட்டிங்கில் கத்தரிக்கப்பட்டிருந்தது.

'பவழ நாட்டு இளவரசன்' மீண்டும் பட்டுத்தறி நெய்யச் செல்ல, பல வருடம் கழித்து நான் பாட்டு எழுதப் புறப்பட்டு வந்தேன்.

அஞ்சு ரூபா டாக்டர்

அந்த மாபெரும் வெற்றிடத்தில்
முன்னும் இல்லை
பின்னும் இல்லை
பறவையின் பாதை
கிழக்கையும் மேற்கையும்
அழித்துவிடுகிறது!

– ஜென் தத்துவம்

வேலையில்லாதவர்களின் பகலும், நோயாளிகளின் இரவும் நீளமானவை. இருவரின் கடிகாரத்திலும் இடம் வலமாக ஆடும் பெண்டுலத்தில் ஒரு பக்கம் விரக்தியும், இன்னொரு பக்கம் வலியும், காலத்தை நகரவிடாமல் தடுக்கின்றன.

வாழ்வின் கரங்களை இறுகப் பற்றிக்கொள்ள நோயே கற்றுத் தருகிறது.

சிறுவயதில் எங்களுக்குக் காய்ச்சல் வரும்போதெல்லாம் அஞ்சு ரூபா டாக்டரிடம் செல்வோம். 'அஞ்சு ரூபா டாக்டர்' ஆஸ்பத்திரி, காஞ்சிபுரத்தில் பிரபலமான ஒன்று.

அதன் திருத்தல வரலாற்றை இப்படி விவரிக்கலாம்... இடதுபக்கம் கோலிகளுடன் சோடா பாட்டில்களை, மரச்சட்டங்களில் வரிசையாக நிறுத்தி கலர் ஊற்றி, கேஸ் மெஷினில் சுற்றிக்கொண்டிருப்பார்கள்.

வலதுபக்கம் ஒரு பட்டு ஜவுளிக்கடை. முன்பக்க கண்ணாடிச் சட்டத்தில் பட்டுச்சேலை கட்டிய பெண் பொம்மை.

அதற்கெதிரில் நாற்பது வயது மதிக்கத்தக்க ஒருவர், சுற்றுலாப் பயணிகளை அழைத்துக்கொண்டிருப்பார். அந்தப் பன்னீர் சோடாவுக்கும், பட்டுச்சேலைக்கும் நடுவில் டாக்டர் குடியிருந்தார். தல விருட்சமாக ஒருகாலத்தில் அங்கு ஒரு வேப்பமரம் இருந்தது. வீதியை அகலப்படுத்துவதற்காக அதை வெட்டிவிட்டார்கள்.

'அஞ்சு ரூபா' ஆஸ்பத்திரியின் வாசலில், 'டாக்டர் எம்.கோபாலகிருஷ்ணன் எம்.பி., பி.எஸ்., பொது மருத்துவர்' என்றெழுதிய, பழங்காலத்து துருப்பிடித்த பெயர்ப்பலகை, எப்போது வேண்டுமானாலும் கீழே விழுவதற்குத் தயாராகத் தொங்கிக்கொண்டிருக்கும்.

முன் அறையில் இரண்டு பக்கமும் மரபெஞ்சுகளில் நோயாளிகள் அமர்ந்திருப்பார்கள். பிளைவுட் தடுப்புக்கு அந்தப் பக்கம் 'அஞ்சு ரூபா' டாக்டர், ஒவ்வொருவராக உள்ளே அழைத்து சோதிப்பார்.

உடம்பு முழுக்க ரத்த நிறத்தில் ஓடும் நரம்புகளுடன் ஒரு ஆண் படமும், ஒரு பெண் படமும் சுவரில் மாட்டப்பட்டிருக்கும். கழுத்தில் ஸ்டெதாஸ்கோப் மாட்டியிருக்கும் ஒரு ஆரோக்கியமான குழந்தையின் படம் பக்கத்தில் இருக்கும்.

'அஞ்சு ரூபா' டாக்டரைப் பார்க்க வேண்டுமென்றால், முன்னமே சென்று, சிகரெட் அட்டையில் எண் எழுதப் பட்டிருக்கும் டோக்கனை வாங்கிக் காத்திருக்கவேண்டும்.

முகம் முழுக்க அம்மைத்தழும்புகளுடன் முப்பத்தைந்து வயது மதிக்கத்தக்க கம்பவுண்டர் ஒருவர், ஒவ்வொருவராக உள்ளே அனுப்புவார்.

காத்திருந்து உள்ளே நுழைந்தால், 'அஞ்சு ரூபா' டாக்டர், திருத்தமாக சவரம் செய்த முகத்துடனும், கழுத்துக்குக் கீழே சாயம்போன டையுடனும் புன்னகைப்பார்.

'ஆ' காட்டச் சொல்லி, தெர்மாமீட்டரை வாயில்

வைக்கும்போது நாக்குக்குக் கீழே ஒரு குளிர்ச்சியும், அடிவயிற்றில் ஒரு வெப்பமும் பரவும்.

"ஊசி வேணாம்! ஊசி வேணாம்!" என்று அழுதபடி அவரெதிரில் ஏராளமான தடவைகள் அமர்ந்திருக்கிறேன்.

"சரி! வேணாம்... என்ன கிளாஸ் படிக்கிறே? என்ன சாப்பிட்டே?" என்று, முழங்கையைத் தடவி விசாரித்துக் கொண்டே, நான் ஏமாந்த தருணத்தில் ஊசி குத்திவிடுவார்.

வலியை உணர்ந்து, அழுது ஆர்ப்பாட்டம் செய்யும்போது, "ஒண்ணுமில்லை" என, மேஜை டிராயரிலிருந்து புளிப்பு ஆரஞ்சு மிட்டாய் எடுத்துக் கொடுப்பார்.

வைராக்கியத்துடன் வாங்க மறுத்து வேகமாக அழுதாலும், கைகள் தன்னிச்சையாக அந்த மிட்டாயை நோக்கிச் செல்லும்.

"பள்ளிக்கூடம் வேணாம்... நான் போகமாட்டேன்..." என்பேன், செல்லமாக.

"போகவேணாம், நான் உங்க வாத்தியார்கிட்ட சொல்றேன். இந்த மருந்தை குடிச்சிட்டு சமத்தா தூங்கு... சரியா..." என்று சொல்லிக்கொண்டே, உள்ளே சென்று ஒரு கண்ணாடி பாட்டிலில் ரோஸ் கலர் திரவத்தை ஊற்றி எடுத்து வந்து,

"ஒரு நாளைக்கு மூணு தடவை குடிக்கணும்... சரியா..?" என்று கொடுப்பார்.

"அப்பா என்னை அடிக்கக் கூடாது... அடிச்சா என்ன பண்றது..?"

"அடிச்சா என்கிட்ட சொல்லு, அப்பாவுக்கும் ஊசி குத்தி விடுறேன்!"

எனக்குத் தெரிந்து 'அஞ்சு ரூபா' டாக்டரைப் போன்ற பொதுவுடைமைவாதிகள் யாரும் இல்லை. எல்லா வியாதிக்கும் அதே ரோஸ் கலர் திரவம்தான்.

ஃபீஸ் பணத்தை கையில் தொடமாட்டார். அவர் எதிரில் வைத்திருக்கும் உண்டியலில் போட்டுவிடவேண்டும். கழுத்தில் ஸ்டெதாஸ்கோப்புடனும், எதிரில் உண்டியலுடனும் அவரைப் பார்க்கும்போது பிள்ளையாரைப்போலவே இருக்கும்.

கலப்போக்கில், நாங்கள் அவரை 'பிள்ளையார் டாக்டர்' என்போம்!

ஒருமுறை, வீட்டுக்கூரையிலிருந்து கீழே விழுந்த வெளவால், என் இரண்டாவது தம்பியைக் கடித்துவிட்டது. கடித்த வெளவாலை அடித்துப் பொட்டலமாய் மடித்து எடுத்துக் கொண்டு, 'அஞ்சு ரூபா' டாக்டரிடம் கூட்டிச் சென்றேன்.

தம்பியையும், வெளவாலையும் மாறி மாறி சில நிமிடங்கள் பார்த்தவர், புத்தக ஷெல்ஃபிலிருந்து ஒட்டடை படிந்த ஒரு தலையணைப் புத்தகத்தை எடுத்துப் புரட்டத் தொடங்கிவிட்டார்.

பின்பு, தொலைபேசியில் யாரையோ அழைத்து, "ஆமாமா... பேட்டுதான். கிரிக்கெட் பேட்டு இல்ல... வெளவாலு... சரி!" என்றவர், உள்ளே சென்று பாட்டில் நிறைய திரவத்துடன் வந்தார். இந்த முறை திரவத்தின் நிறம் ரோஸ் இல்லை; கறுப்பு. கிளம்பும்போது ஏழு ரூபாய் வாங்கிக்கொண்டார். அவரது சம்பளத்தில், இரண்டு ரூபாய் ஏறக் காரணமாயிருந்த வெளவாலை அங்கேயே விட்டு விட்டுக் கிளம்பினோம். பின்னர் வந்த நாட்களில், அவர் 'பிள்ளையார் டாக்டர்' என்ற பட்டம் மறைந்து 'வெளவால் டாக்டர்' ஆனார்.

நவீன மருத்துவக்கருவிகள் வருவதற்கு முன்னமே ஒரு நள்ளிரவில், பெரும்பாலான டாக்டர்களைப் போலவே 'அஞ்சு ரூபா' டாக்டர் ஹார்ட் அட்டாக்கில் இறந்து, காலச்சுழற்சியில் காணாமல் போனார்.

இந்த 'அஞ்சு ரூபா' ஆஸ்பத்திரி இருந்த இடத்தில் ஒரு தனியார் வங்கி தன் ஏ.டி.எம் கிளையைத் திறந்திருக்கிறது. அறைக்கு உள்ளே சென்று அட்டையைச் செருகி சங்கேத எண்ணைத் தட்டினால் பணத்தைத் துப்புகிறது அந்த இயந்திரம். ஏ.டி.எம் காவலாளி விஸ்தாரமாக வளர்ந்துவிட்ட, பக்கத்து கூல்டிரிங்ஸ் கடையில் ரோஸ் மில்க் குடித்துக் கொண்டிருக்கிறார்.

ஸ்தல விருட்சமாக, அந்த இடத்தில் சோடியம் விளக்குக் கம்பம் நின்றுகொண்டிருக்கிறது!

காலம் எழுதும் கடிதம்

பூக்கும்போது அங்கிருந்தேன்
காய்க்கும்போது இங்கிருக்கிறேன்
மரங்கள்
வருத்தப்பட்டுக்கொண்டிருக்கும்
மனிதர்கள்
நினைத்துக்கொண்டிருப்பார்கள்.

– விக்ரமாதித்யன் நம்பி *('கிரக யுத்தம்' தொகுப்பிலிருந்து...)*

ப்ரியமுள்ள சரவணனுக்கு,

உனக்கே உனக்கான பானு எழுதிக்கொண்டது. உம்மேல எனக்கு கோவம் கோவமா வருது. பார்க்காம, பேசாம, லெட்டர் போடாம அலைய விடலாம்னு தோணுது. ஆனாலும் பாவி மனசு கேக்க மாட்டேங்குது.

எவ்வளவு தைரியம் இருந்தா அன்னிக்கு எங்க வீட்டு வாசல்ல வந்து நின்னு என்னைப் பார்த்துக் கை ஆட்டுவே? யாராச்சும் பார்த்திருந்தா என்ன ஆயிருக்கும்? உனக்கு முன்னாடி பொறந்த ரெண்டு பொட்டப் புள்ளைங்க அடக்க ஒடுக்கமா வீட்ல இருக்கில்ல... அதுக்குள்ள உனக்கு 'லவ்'வாடீன்னு எங்கம்மா என்னை தொடைப்பக் கட்டையாலயே அடிச்சிருக்கும். நல்ல வேளை எல்லாரும் பின்கட்டுல வேலையா இருந்தாங்க.

முதல்ல உன் சேர்க்கையே சரியில்ல. அது என்னது, அது எப்ப பார்த்தாலும் டீக்கடை பெஞ்சுல உக்கார்ந்துக்கிட்டு? மொட்டைப் பசங்கதான் அப்படி உட்காருவாங்க. அதுவும் உன் சிநேகிதன் இருக்கானே... அவம் பேரு என்ன...? முருகேசன்தானே... அவனைப் பார்த்தாலே பத்திக்கிட்டு எரியுது. அவனும் அவன் மூஞ்சி மொகறையும். அவன் கட்டியிருக்கிற லுங்கியைத் தண்ணில நனைச்சுப் புழிஞ்சா அஞ்சு ஊருக்குக் காப்பி போடலாம். அவ்வளவு அழுக்கு.

போன வாரம் எங்க பக்கத்து வீட்டு மேரியக்கா பஸ்சுக்குக் காத்திட்டிருந்தப்போ அவங்களப் பார்த்துக் கிண்டல் பண்ணானாம். "அப்பவே அவன் கன்னத்துல அடிச்சிருப்பேன். பாவிகளை கர்த்தர் பார்த்துப்பாருன்னு விட்டுட்டேன்"னு வந்து சொல்லுச்சு. எங்க வீட்லயும் ஒண்ணு இப்படித்தான் திரியுது. அண்ணன்னு பேரு. இன்னும் கால் காசு சம்பாதிக்கத் துப்பில்ல. இதுல இவருதான் எங்கள எல்லாம் கரையேத்தப் போறாராம். அலட்டல் வேற.

அது சரி, நீ ஏன் இப்படி கறுத்துப்போயிட்டே? வேளா வேளைக்குச் சாப்பிடுறியா இல்லியா? உன்னப் பார்த்தா டி.பி. வந்த தேவாங்கு மாதிரி இருக்கு. அந்த முருகேசன்கூட சேர்ந்துக்கிட்டு பீடி கீடி புடிக்கிறியா என்ன? அப்படி எதுவும் கேள்விப்பட்டேன், அவ்வளவுதான். என்னவோப்பா, என்னை நல்லா வெச்சிக் காப்பாத்துவேன்னு நம்பித்தான் உன் பின்னால வர்றேன். புரிஞ்சிக்கிட்டா சரி. இந்த லெட்டரைப் படிச்சவுடன் கிழிச்சுப் போட்டுடு.

இப்படிக்கு,
உனக்கே உனக்காக,
க.பானுமதி.

அன்புள்ள பானுவுக்கு,

ஆயிரம் முத்தங்களுடன் சரவணன் எழுதிக்கொள்வது. எம்மேல கோவிச்சிக்கிட்டா அது உம்மேலயே நீ கோவிச்சிக்கிட்ட மாதிரிதான். உனக்காகத்தான் நான் உசுரோட இருக்கேன். உனக்குத் தெரியாது.

போன வாரம் திருப்பதி போயிருந்தேன். வீட்ல வேண்டிக்கிட்டாங்கன்னு குடும்பத்தோட போயிருந்தோம். கோயில்ல கூட்டம் முண்டியடிக்குது. 'ஜருகண்டி... ஜருகண்டி'ன்னு தெலுங்குல தள்ளிவுட்றான். என் முறை வந்து சாமி முன்னாடி நிக்குறப்போ மனசு முழுக்க நீதான் நெறஞ்சிருக்கே. ஒருமுகமா சாமிய தரிசிக்க முடியல. திரும்பத் திரும்ப உன் ஞாபகம்தான் வருது. "பெருமாளே, புத்திகெட்டு அலையிறேன்னு தப்பா நெனச்சிக்காத. கல்யாணமானா ஜோடியா வந்து உன்னைக் கும்புடுறேன்"னு சொல்லிட்டு வெளியே வந்துட்டேன்.

நீ இல்லாம என்னை நெனச்சிப் பார்த்தா செத்துப் போயிடலாமான்னு தோணுது. எங்க வீட்ல 'பொண்ணு பார்க்கலாம்'னு நச்சரிக்கிறாங்க. உங்க அக்காக்களுக்கு எப்ப கல்யாணம் ஆகறது? நாம எப்ப சேர்றது? வீட்டை விட்டு வந்துடுன்னாலும் மாட்டேங்கிற.

இப்ப தனியா உக்கார்ந்து யோசிச்சுப் பார்த்தா, உன்னைப் பாக்குறதுக்கு முன்னாடி என் வாழ்க்கை சூன்யமா இருந்துச்சி. நீ வந்த பிறகுதான் ஒரு ஒழுங்குக்குள்ள வருது. இப்ப நான் பார்க்குற வேலையில் நல்ல சம்பளம் வருதுன்னாலும் தனியா கடை போட்டா ஒரே வருஷத்துல மேல வந்துடுவேன். அதுக்காக வட்டிக்குக் கடன் கேட்டிருக்கேன். ராசாத்தி, நீ மட்டும் என்கூட இருந்தா வானத்தையே வெலைக்கு வாங்குவேன்.

அப்புறம், நம்ம முருகேசன் பார்க்குறதுக்குதான் மொரட்டுத்தனமா இருப்பான். ஆனா, ரொம்ப நல்லவன். போன மாசம் அவன்கிட்டதான் கடன் வாங்கி உனக்கு கொலுசு வாங்கித் தந்தேன். அவன்கூட பழகுறது உனக்குப் புடிக்கலைன்னா சொல்லிடு, கத்திரிச்சி விட்டுடுறேன். எனக்கு நீதான் முக்கியம். முடிஞ்சா இந்த சனிக்கிழமை சாயங்காலம் கோயிலுக்கு வா. உங்க அக்காகூட வராதே, பேச முடியாது.

ஆயிரம் முத்தங்களுடன்,

சரவணன்.

அன்புள்ள சரவணன், பானு இருவருக்கும்...

இருபது வருஷத்துக்கு முன்னாடி உங்க காதலுக்கு நான் தூதுவனா இருந்தேன். அப்ப சின்னப் பையனா இருந்தவன் வளர்ந்து இப்ப சினிமாவுக்குப் பாட்டு எழுதிக் கிட்டிருக்கேன்.

உங்களுக்கே தெரியாம உங்க கடிதங்களைக் கருவேலம் முள்ளால நாசூக்கா பிரிச்சி, படிச்சி பசை போட்டு ஒட்டிக் கொடுத்ததுக்காக முதல்ல என்னை மன்னிச்சிடுங்க. எவ்வளவு நம்பிக்கையா என்கிட்ட அந்தக் கடிதங்களை நீங்க கொடுத்துவிட்டீங்க.

சாகசங்களை விரும்பிச் சந்திக்கிற சின்ன வயசுல உங்களுக்கிடையே தூது போனது என் வாழ்க்கைல மறக்க முடியாத ஒண்ணு. எப்ப யார்கிட்ட மாட்டுவோங்கிற பயம் உங்களைவிட எனக்கே அதிகமிருந்த காலம் அது.

இன்னிக்கு வரை நான் படிச்ச தொடர்கதைகளிலேயே சுவாரசியங்களும், வாராவாரம் திடுக்கிடும் திருப்பங்களும் நெறஞ்ச தொடர்கதை உங்கள் கடிதங்கள்தான். ஆனால், அதனோட முடிவுல மட்டும் எனக்கு உடன்பாடில்லை.

இவ்வளவு உயிருக்குயிராய்க் காதலிச்சு வீட்டை எதிர்த்து கல்யாணம் பண்ணிக்கிட்ட நீங்க, கல்யாணமான ரெண்டு வருஷத்திலேயே ஏன் விவாகரத்து வாங்கிட்டீங்க? அதுசரி... காலம் எழுதுகிற கடிதத்தை யாரால்தான் படிக்க முடியும்?

வருத்தத்துடன்,,
நா.முத்துக்குமார்.

நிலா மிதக்கும் பள்ளங்கள்

"வாழ்க்கை ஒரு மகாநதியாக ஓடிக்கொண்டிருக்கிறது. நான் அதன் கரையில் நின்று என் கண்ணுக்குப் பட்டவற்றை சொல்லிக்கொண்டிருக்கிறேன்!"

– வண்ணநிலவன்

காட்டு மரம் சாய்ந்த பிறகு, நதிநீரில் விழுகிறது. வழிப்போக்கர்களின் கால்கள் அதில் ஏறிக் கடந்துசெல்ல, மரம் பாலமாக மாறிவிடுகிறது.

கோவிந்தசாமி தாத்தாவின் வாழ்க்கையும் காட்டு மரமாகத்தான் இருந்தது. அஸ்தமனக் காலத்தில் சூரியன் தன் கதிர்களை வெளிர்ந்த நிறத்திலிருந்து இளம் மஞ்சள் நிறமாக மாற்றிக்கொள்ளும். 'உச்சி வெயில் நேரத்தில் உலகெலாம் விரிந்து உக்கிரம் உமிழ்ந்த முகமா இது' என வியக்கும் அளவுக்குத் தன் முகத்தை சாந்தமாக்கிக் கொள்ளும். 'புதிதாக இம்மண்ணில் பிறந்த புல் பூண்டுகளே! செடி, கொடிகளே! போய் வருகிறேன். உங்களுக்குள் என் வெப்பத்தையும், வானத்துக்குள் என் வண்ணங்களையும் விட்டுச் செல்கிறேன்' என்று விடைபெறும்.

கோவிந்தசாமி தாத்தாவின் முதுமை, அஸ்தமனச் சூரியனின் வசீகரத்தோடு எங்கள் பால்யத்திற்குள் பிரவேசித்த காலம் அது. கோவிந்தசாமி தாத்தாவின் வயது அப்போதே எழுபதுகளின் தொடக்கத்தில் இருந்தது. சிறு வயதில் ஒரு வெள்ளைக்கார துரை வீட்டில் வேலை செய்ததால் ஆங்கில

மொழி அவருக்கு அடிமையாக இருந்தது. அவர் ஆங்கிலம் பேசினால் அன்று முழுவதும் சோறு, தண்ணி இல்லாமல் கேட்டுக்கொண்டிருக்கலாம். சிறு வயதில் பள்ளிக்கூடத்தில் எங்களுக்குக் கற்றுக்கொடுத்த அரைகுறை ஆங்கிலத்தில் அவரிடம், "வாட் ஈஸ் யுவர் நேம்?" என்று கேட்டால் அதற்கு ஒரு மணி நேரம் பதில் சொல்வார். அநேகமாக அந்த பதில் அவர் பெயரோடு நில்லாமல், பெயர்ச்சொற்கள் உருவான விதம் பற்றியும், மொழியின் ஓசைக்கும் பெயர்களுக்கும் உள்ள தொடர்பு குறித்தும் ஒரு நீண்ட சொற்பொழிவாக அமையும்.

கோவிந்தசாமி தாத்தா, ஊருக்கு ஒதுக்குப்புறமாக குடிசை கட்டி வாழ்ந்து வந்தார். அவருக்கு ஒரே ஒரு பையன். மனைவி இறந்த பின் ஏதோ ஒரு தருணத்தில் மருமகள் எதற்கோ கடிந்துகொள்ள, அன்றிலிருந்து மகனுடன் வாழ்வதில்லை.

அவர் மின்சாரக்கருவிகளைப் பழுதுபார்ப்பதில் தேர்ச்சி பெற்றிருந்தார். வானொலி ரிப்பேர், பம்புசெட்டு மோட்டார் இறக்குவது, வீடுகளுக்கு ஒயரிங் செய்வது என சின்னச் சின்ன வேலைகள் அவரைத் தேடி வந்துகொண்டிருக்கும். கொஞ்சம் நாட்டு வைத்தியமும் தெரியும். தேள் கடி, பாம்புக் கடிக்கு அவர் வைத்தியம் செய்தால், விஷம் வேப்பிலையில் இறங்கி வெளியே போயிருக்கும்.

ஊரில் சொந்த பந்தங்களுக்குக் கடிதம் எழுதவும் கோவிந்தசாமி தாத்தாவையே கூப்பிடுவார்கள். இன்லாண்ட் கவரில் பொடி எழுத்துகளில் இணுக்கி இணுக்கி எழுதுவார். எட்டு கடிதங்களில் எழுதவேண்டிய விஷயங்களை அரைக் கடிதத்தில் அடக்கிக் கொடுப்பார். அவர் கையெழுத்தைப் படிக்க வேண்டுமென்றால் ஐந்தாறு பூதக்கண்ணாடி தேவைப்படும். அப்படியும் மாடு கன்று போட்டதிலிருந்து, மச்சான் கல்யாணத்திற்கு மோதிரம் போட்டது வரை அனைத்து வீட்டு விஷயங்களும் அவரது கையெழுத்தின் வழியாகத்தான் வெளி உலகத்துக்குப் பயணப்பட்டுக்கொண்டிருந்தன. சமயத்தில் விவசாயக் கூலி வேலைக்கும் செல்வார்.

மாலைநேரங்களில், விளையாட்டு முடிந்ததும் நாங்கள் கோவிந்தசாமி தாத்தாவிடம் கதை கேட்கச் சென்றுவிடுவோம். கோயில் தூணில் சாய்ந்தபடி கதை சொல்லத் தொடங்குவார்.

அந்தக் கதைகளில் கிளிகளின் கழுத்தில் இளவரசனின் உயிர் இருக்கும்; பறக்கும் கம்பளங்கள் பாதாள தேசத்திற்குப் போய் வரும்; தவளைக்குட்டியாக மாறிவிட்ட ராஜா தண்ணீருக்கடியில் காத்திருந்து மீண்டும் மனிதனாகி மந்திரியின் சூழ்ச்சியை முறியடிப்பார்; பேரழகியாக வடிவம் கொண்ட பேய், காட்டு வழியில் பயணிப்பவனை சம்போகத்திற்கு அழைக்கும்; கொள்ளிவாய்ப் பிசாசுகள் மனிதர்களிடம் தங்கள் கட்டை விரல்களை இழந்து 'இனிமேல் இந்தப் பக்கம் வரமாட்டேன்' என்று கதறும். கனவுகளிலும் கோவிந்தசாமி தாத்தாவின் கதைகள் தொடர... அப்படியே தூங்கிப்போவோம்.

வெள்ளைக்காரத் துரையிடம் வேலை செய்த அனுபவங்களைக் கேட்போம். "தஸ்ஸு புஸ்ஸுன்னு ஒரே இங்கிலீஷ்தான் போ..." என்று பீடிகையுடன் ஆரம்பிப்பார். "ஒரு தடவை வெள்ளைக்காரன் வீட்டுத் தோட்டத்துல ஒரு சாரையும், நல்லபாம்பும் பின்னிக்கிட்டிருந்தது. ஓடிப்போயி வெள்ளைக்காரன்கிட்ட, 'ஸ்நேக்ஸ்'னு சொன்னேன். 'ஸ்நாக்ஸ் தானே, கொண்டுவா'ன்னான், பேப்பரைப் படிச்சுக்கிட்டே. கொல்லையில இருந்த விறகுக்கட்டையால ரெண்டு பாம்பையும் அடிச்சி, நூலாக்கி கட்டைல சுத்தி எடுத்துட்டுப் போயி காட்டுனேன். அரண்டு போயிட்டான். அதுக்கப்புறம்தான் புரிஞ்சுது... ஸ்நாக்ஸுன்னா சாப்பிடற பொருளாமே!"

துரை கப்பலில் கூட்டிப் போன கதை; துரைசாமி முத்தம் கொடுத்த கதை; கிராமபோன் தட்டில் தோசைகள் சுட்டு அடுக்கிய கதை என சொல்லுவதற்கு நிறைய கதைகளையும், சுதந்திரத்தையும் கொடுத்துவிட்டு... அந்த வெள்ளைக்காரர்கள் ஊர் போய்ச் சேர்ந்தார்கள்.

எல்லாவற்றிற்கும் மேல், கோவிந்தசாமி தாத்தா எங்கள் மனதில் மிகப் பெரிய சாகச வீரனாக இடம்பெற்ற சம்பவம் ஒன்று நடந்தது. எங்கள் ஊர் பேருந்து நிலையத்துக்கு எதிரில் தார்ச்சாலை குண்டும் குழியுமாக இருந்தது. ஒவ்வொரு பள்ளமும் அரை அடி ஆழம் இருக்கும். மழைக்காலங்களில் அந்தச் சாலைப் பள்ளங்கள் தங்கள் ஞாபக அடுக்குகளில் மழைநீரைச் சேமித்து வைத்து, வருபவர்களை ஏமாற்றி உள்ளே விழவைக்கும்!

எத்தனை முறை நகராட்சியிடம் புகார் செய்தும் சாலை செப்பனிடப்படவில்லை. கோவிந்தசாமி தாத்தா ஒரு மழை நாளில் எங்களை எல்லாம் அந்தச் சாலைப் பள்ளத்திற்கு அழைத்துச் சென்றார். அருகிலிருந்த வயலில் நெல் நாற்றுகளைப் பிடுங்கி வரச் சொன்னார். அந்தப் பள்ளத்தில் மண் நிரப்பி, பிடுங்கி வந்த நெல் நாற்றுகளை நட்டு வைத்து, அதற்குப் பக்கத்தில் 'ஐ.ஆர்.எட்டு' என்றெழுதிய பலகையையும், 'விவசாயம் நடக்கிறது, மாற்றுப் பாதையில் செல்லவும்' என்ற பலகையையும் நிறுத்தி வைத்தார். நூறு அடி நீள அகலத்திற்கு தார்ச்சாலையில் விவசாயம். நிமிடங்களில் வாகன இயக்கம் தடைபட்டுப் போனது.

வட்டாட்சியர் வரை தகவல் போய், சாலையைச் செப்பனிட்டு விடுவதாக வாக்களித்த பின்பே பலகை இடம்பெயர்ந்தது. கோவிந்தசாமி தாத்தாவினால் அழகான தார்ச்சாலை உருவானது!

வருடங்களை யாரால் கட்டிவைக்க முடியும்? கோவிந்தசாமி தாத்தாவுக்கு இப்போது தொண்ணூறுகளைத் தாண்டிய வயது. மூப்பின் காரணமாக மூளையும் மனதும் காட்சிகளை மாற்றி அடுக்குகின்றன. இறந்த மனைவியின் பேரைச் சொல்லி அழைத்து, "காபி கொண்டு வா" என்கிறாராம். திடீரென்று தொலைந்து போய் யாராவது எங்காவது பார்த்து அழைத்து வருகிறார்கள். "தொரை கூப்பிட்டாரு... மறுபடியும் போகணும்" என்று முணுமுணுக்கிறாராம்.

மாலையில் அவரது திண்ணையை நெருங்கும் சிறுவர்கள், "வாட் இஸ் யுவர் நேம்?" என்று கேட்டுவிட்டு ஓடிவிடுகின்றனர். யாருமற்ற வெட்டவெளியை நோக்கி, "மை நேம் இஸ்..." என்று தொடங்கி ஆங்கிலத்திலேயே பேசிக்கொண்டிருக்கிறாராம்.

கடவுளைக் கண்ட இடங்கள்

நீ மரமாக மாறாவிட்டால்
கிளிகளைப் பிடிக்க முடியாது!
– கோணங்கி
('பிதிரா' நாவலிலிருந்து...)

கருவறையில் இருந்தபோது நாம் கடவுளாக இருந்தோம். நம் பாஷை தொடக்கமும் முடிவும் அற்று இருந்தது. யாரும் நடக்காத சாலையைப்போல ஏதுமற்ற மௌனப் பெருவெளி நம் முன் விரிந்திருந்தது. இருளும் நிசப்தமும் அன்றி, வேறு துணை இல்லாமல் வீற்றிருந்த வீட்டை விட்டு வெளியே வந்தோம். உலகம் கொஞ்சம் கொஞ்சமாக நமக்குள்ளிருந்த கடவுளை வெளியேற்றியது. அதற்குப் பின்னும் எப்போதாவது நாம் கடவுளைச் சந்திக்கும் தருணங்களும் வாய்க்கத்தான் செய்கின்றன.

குழந்தைப் பருவத்தில் நான் பல முறை கடவுளைச் சந்தித்திருக்கிறேன். கடைசிப் பேருந்தும் கண் எதிரே கிளம்பிப் போவதைப் பார்த்துக்கொண்டே ஓடிவரும் பயணியைப்போல, அந்தச் சமயங்களில் அவரைத் தவற விட்டுவிடுவேன்.

சிறு வயதில், விளையாட நண்பர்கள் இல்லாத நேரங்களில் என் பொழுதுபோக்கு எறும்புகளைக் கொல்வதாய் இருந்தது. ஒரு பேரரசன்போல் என்னை உருவகித்துக்கொண்டு சுவற்றில் ஊரும் எறும்புகளைப் பார்த்து, 'என் கோட்டைக்குள்ளே

வருகிறாயா, என்ன செய்கிறேன் பார் உன்னை?' என்று கர்ஜித்தபடி ஒவ்வொன்றாகப் பிடித்து தரையோடு தேய்த்துக் கொன்று விடுவேன். இன்றைக்கும், குழந்தைகளைக் கவனிக்கும் போது தங்களை நோக்கி வரும் எறும்புகளைக் கையில் பிடித்துக் கொன்றுவிடுகின்றன. 'இது பாதுகாப்பு உணர்வா? உள்ளே உறங்கும் வன்முறையா? காட்டில் வேட்டையாடிய உதிரச் சங்கிலியின் தொடர்ச்சியா?' எனக் கேள்விகள் எழும்.

கேள்விகளும் கருணைகளும் அற்ற வயது அது. ஒவ்வொருமுறை நான் எறும்புகளைக் கொல்லும்போதும் என்னை வீட்டில் பயமுறுத்திக் கண்டிப்பார்கள். "எறும்பைக் கொல்லாதே... பாவம்... அதுவும் பிள்ளையார் எறும்புகளை அடிச்சா பிள்ளையார் கண்ணைக் குத்திடுவாரு." அதற்குப் பிறகும் பயமற்று பிள்ளையார் எறும்புகளாகத் தேடிப் பிடித்து நசுக்க ஆரம்பித்தேன்.

ஒருமுறை, நான் இல்லாத நேரத்தில் தொப்பையும் தும்பிக்கையுமாய் ஒரு நபர் என்னைத் தேடிக்கொண்டு வீட்டுக்கு வந்திருக்கிறார். தன்னைப் பிள்ளையார் என்று அறிமுகப்படுத்திக்கொண்டு "குமாரு இல்லையா?" என்று கேட்டிருகிறார். "விளையாடப் போயிருக்கான் சாமி, என்ன வேணும்?" என்று வீட்டில் கேட்க, "சும்மா பார்த்துவிட்டுப் போகலாம்னு வந்தேன். வந்தா சொல்லுங்க!" என்று விடைபெற்றிருக்கிறார்.

பிள்ளையார் எறும்புகளை அடித்ததால்தான் பிள்ளையார் வந்துவிட்டார் என்று வீட்டில் பயமுறுத்த பல இரவுகள் கனவுகளில் கையில் கூரிய ஊசியுடன் பிள்ளையார் என் கண்களைத் தேடி வந்து கொண்டிருந்தார். ஊரே கூடி ஒரு விநாயகர் சதுர்த்தியன்று களிமண் பிள்ளையாரைக் கிணற்றில் போட்டபோதும், அவ்வப்போது திராவிடர் கழகத் தோழர்கள் முச்சந்தியில் விநாயகர் சிலைகளை உடைப்பதைப் பார்த்தபோதும் என் பயம் தெளிந்தது.

பின்பொருமுறை, காஞ்சிபுரம் ஏகாம்பரநாதர் கோவில் திருவிழாவுக்குச் சென்றிருந்தோம். கோபுர வாசலில் தொடங்கி சாலை வரை பந்தல் போட்ட கடைகள் இருந்தன.

கடவுளைப் பார்ப்பதைவிட கடைகளைப் பார்ப்பதற்கே கூட்டம் முண்டியடிப்பதாகத் தோன்றியது. எங்கு திரும்பினாலும்

மனிதத் தலைகள்; ஆந்திராவில் இருந்து வந்த மொட்டைத் தலைகள்; உத்தரப்பிரதேசத்திலிருந்து சுற்றுலா வந்திருக்கும், முழங்கை முழுக்க தந்தத்தில் வளையல் அணிந்திருக்கும், குளிக்காத பெண்கள்; 'பென் ப்ளீஸ், சாக்லேட் ப்ளீஸ்' என்று சின்னப் பையன்கள் துரத்தும் வெள்ளைக்காரர்கள்; சுற்றியுள்ள கிராமத்து ஜனங்கள் என, கலவையான கூட்டம்.

ஆயிரங்கால் மண்டபத்தைச் சுற்றிவிட்டு குளக்கரை மீன்களுக்கும் பொரி போட்டுத் திரும்பியபோது என்னுடன் வந்த யாரையும் காணவில்லை. தொலைந்துவிட்டார்கள். தனித்து விடப்படுகிறபோதுதான் இந்தப் பிரபஞ்சம் இத்தனை பெரியதா என்று பயமுறுத்துகிறது.

அந்தச் சிறுவயதில் ஒன்றும் புரியாமல் குளக் கரையிலேயே அமர்ந்து அழுதுகொண்டிருந்தேன். எதிரில் வரும் மனிதர்கள் அனைவரும் என்னைக் கடத்திக்கொண்டு போய் கண்களைக் குருடாக்கி இதே போன்றதொரு திருவிழாவில் பிச்சை எடுக்க வைக்கப்போகிறவர்களாகத் தெரிந்தார்கள். கோவிலை விட்டு வெளியேறி பிரதான சாலைக்கு வந்து நின்றேன். சிவப்புக் கலர் பேருந்து எங்கள் ஊருக்குச் செல்லும் என்று ஞாபகம் வந்தது. சாலையில் சென்ற எல்லாப் பேருந்துகளும் சிவப்புக் கலரில் இருந்ததும், அந்த ஞாபகத்தின் மேல் கோபம் வந்தது.

நான் தனியாக அழுதுகொண்டிருப்பதைப் பார்த்த ஒரு ரிக்‌ஷாக்காரர், வாழைப்பழம் வாங்கித் தந்து, எனது ஊரை விசாரித்து வீட்டில் கொண்டுவந்து சேர்த்தார். வீட்டில் பணம் கொடுத்தபோது வாங்கிக்கொள்ள மறுத்துவிட்டார்.

'உங்கள் பெயர் என்ன?' என்று கேட்டபோது, 'கடவுள்' என்று சொல்லிவிட்டு தள்ளாடியபடி சென்றார். 'கடவுளுக்கும் குடிப்பழக்கம் உண்டு!' என்று அன்றுதான் நான் உணர்ந்தேன்.

சில சமயங்களில் வீட்டில் சண்டை போட்டுக் கோபித்துக் கொள்ளும்போது யாருக்கும் தெரியாமல் பரண்மேல் ஒளிந்து கொள்வேன். வீட்டிலேயே நான் இருப்பது அறியாமல் கவலையுடன் வெளியே தேடிக்கொண்டிருப்பார்கள். கீழ் உலகம் பற்றிய பிரக்ஞையற்று கடவுளும் நானும் பரணில் தாயம் ஆடிக்கொண்டிருப்போம்.

ஒருமுறை 'ஆறு' போட்டுவிட்டு, அதை 'பன்னிரண்டு' என்று ஏமாற்றி கடவுள் என் காயை வெட்டிவிட்டார். அன்றுதான் அவரைக் கடைசியாகச் சந்தித்தது.

வளர்ந்து கொஞ்சம் பெரியவனானதும் ஊரிலிருந்த கம்யூனிசத் தோழர்களுடன் தொடர்பு ஏற்பட்டது.

'இந்த அமைப்பையே மாத்தணும் தோழர்!'

'அதுக்கு என்ன பண்ணலாம்?'

'மொதல்ல ஒரு டீ சாப்பிடலாம்!'

டீ சாப்பிடுவதற்கு முன்பு ஒரு டீ; டீ சாப்பிடும்போது ஒரு டீ; டீ சாப்பிட்ட பின்பு ஒரு டீ என தேநீரும் தீயுமாய்த் திரிந்த காலம் அது. சின்ன காஞ்சிபுரத்தில் இருந்தபடியே சே குவேராவின் பொலிவியக் காடுகளில் திரிந்துகொண்டிருப்போம்.

அன்று ஒரு விவாதத்தில், மூத்த தோழர் ஒருவர் 'கடவுள் ஏன் இன்னும் உயிருடன் இருக்கிறார்?' என்று கேட்டார். ஆளுக்கு ஆள் ஒரு காரணம் சொன்னார்கள். ஒரு தோழர் ஆவேசமாக கடவுள் இறந்துவிட்டதைப் படம் வரைந்து பாகம் குறித்து விளக்கத் தொடங்கினார். புரிந்தும் புரியாமலும் இருந்தது. பள்ளிக்கூடத்தில் படிக்கும் பையனுக்கு இதெல்லாம் புரியாது என்றார்கள். மறுபடியும் டீ சாப்பிட தோழர்கள் கிளம்பியபோது கூடத்தில் இருந்த கடவுளின் எலும்புக்கூடு என்னைப் பார்த்து கை அசைத்ததைப்போல் தோன்றியது. ஒரு தோழரின் கையை இறுகப் பற்றிக்கொண்டு பின்தொடர்ந்தேன்.

கிளையில் அமர வைத்துவிட்டு வந்தான் தம்பி. மறுநாள் காக்கைகளால் கொத்தப்பட்டு அது இறந்து கிடந்தது.

குற்றவுணர்வுடன் கொஞ்சகாலம் எதையும் வளர்க்காமல் இருந்தோம். கரும்புத்தோட்டத்தில் பிடித்துக் கட்டி வைத்திருந்தார்கள் என்று சொல்லி அப்பா ஒரு நரிக்குட்டியை எடுத்து வந்தார். நீண்ட முகத்துடன் நாயின் அண்ணன் போல், அந்த நரி வீட்டில் வளர்ந்தது.

நரிமுகத்தில் விழித்தும் அதிர்ஷ்டமில்லாமல், நான் வழக்கம் போல் ஆங்கிலப் பாடத்தில் நூற்றுக்கு ஆறு மதிப்பெண்களே வாங்கிக்கொண்டிருந்தேன். எதை வைத்தாலும் தின்று கொண்டு இருந்த அந்த நரி, ஒரு நாள் யாருமறியாமல் தந்திரத்துடன் தப்பிச் சென்றுவிட்டது.

கொஞ்சகாலம், கொரிக்கலிக்காய் தழைகளைத் தீனியாகப் போட்டு கொட்டாங்குச்சியில் அடைத்து பொன்வண்டு வளர்த்தோம். கழுத்தில் கட்டப்பட்ட நூல் அனுமதித்த உயரத்தில் பறந்து பறந்து அது எங்களுக்கு விளையாட்டு காட்டியது! அடிவயிற்றில் உள்ள கோடுகளை எண்ணிப் பார்த்து, எத்தனை முட்டை இடும் என்று ஜோதிடம் சொன்னோம். தீப்பெட்டிச் சிறையில் அதை அடைத்து பள்ளியில் வேடிக்கை காட்ட எடுத்துச் சென்றபோது ஏமாற்றிப் பறந்துபோனது.

பொன்வண்டு விட்டுச்சென்ற வெற்றிடத்தை மீன்குஞ்சுகள் நிரப்பின. தங்க மீன்களும், கருப்பு ஃபைட்டரும் கண்ணாடித் தொட்டியில் நீந்தும் திசைகளுக்கெல்லாம் எங்கள் கண்களும் நீந்தின. கருப்புநிற நீச்சல் உடையில் ஒரு குட்டி மனிதனும் மீன்களுடன் நீந்தியபடி தண்ணீரில் முட்டை விட்டுக்கொண்டிருந்தான்.

ஒருநாள் அந்தக் கண்ணாடித் தொட்டி கீழே தள்ளிவிடப்பட்டு மீன்கள் கடித்துக் குதறப்பட்டிருந்தன. எங்கேயோ நாங்கள் விட்டு வந்த பூனையின் வேலையாகத்தான் இருக்கும் என்று எல்லோரும் நம்பினோம்.

அதற்குப்பிறகு, கோழி வளர்த்து, அது விருந்தினர்களுக்கு பிரியாணி ஆனதும், ஆடு வளர்க்கும் ஆசையைக் கைவிட்டோம்.

இடைப்பட்ட காலத்தில் ஹார்லிக்ஸ் பாட்டிலில் மின்மினிப் பூச்சிகளும், அட்டைப் பெட்டியில் முயலும் வளர்த்தோம். நாங்கள் விரும்பி வளர்த்தது போக, விரும்பாமலேயே பல்லிகள், கரப்பான் பூச்சிகள், தேள்கள், குளவிகள் என்று ஊர்வனவற்றில் தொடங்கி நடப்பன, பறப்பன வரை எங்கள் வீட்டில் வளர்ந்துகொண்டிருந்தன.

மீசை வளர்ந்து, மனதில் பொறாமையும், வஞ்சகமும், சூழ்ச்சியும், ஆசையும் வளர்ந்தபோது மற்றவற்றை வளர்க்கும் பழக்கம் நின்றுபோனது. இவை தானாகவே வளர்ந்து எங்கேயும் தொலையாமலும், இறக்காமலும் மனமென்னும் காட்டில் ஒன்றை ஒன்று அடித்துக்கொண்டிருக்கின்றன.

மிருகம் வளர்க்கும் மனமே... எப்போது ஓய்வுகொள்வாய்?

மாய சிலேட்டுப் பலகை

தாமிரக் காசுகளைத் தண்டவாளத்தில் வெச்சி
நாம பதுங்க ரயில் நசுக்கும்... ராமையா
கால ரயிலோட நாமெல்லாங் காசானோம்!
வாலிபம்போய் ஆச்சே வயசு!

– சேஷாசலம்
('ஆகாசம்பட்டு' தொகுப்பில் இருந்து...)

குளத்தில் வீசி எறிந்த கல், ஆழத்தில் ஊடுருவி வரும் சூரிய ஒளியின் மூலம் தனக்கும் நிலத்துக்குமான சிநேகத்தைப் புதுப்பித்துக்கொள்வதைப்போல, பால்ய காலம், வயதான பின்னும் நம் மனதின் உள்ளேயே தங்கிவிடுகிறது. அதன் ஞாபகங்கள் பாசி படிந்து கிடந்தாலும் ஒவ்வொரு முறை உள்ளே முங்கும்போதும் ஒரு தகதகப்பு, ஒரு பரவசம், ஒரு அதிர்ச்சி, ஒரு கண்ணீர்த்துளி எனக் கொடுப்பதற்கு அதனிடம் இன்னமும் ஏதாவது இருந்துகொண்டுதான் இருக்கிறது.

தேய்ந்த பட்டன்களும், நைந்த காலருமாய் கிழிந்த தலையணையிலிருந்து வெளியே நீட்டிக்கொண்டிருக்கும் நம் பால்ய வயதின் சட்டையைப் பார்க்கும்போதெல்லாம் அதை முதல் நாள் அணிந்த பரவசமும், அந்த வயதைத் தொலைத்த வலியும் போகத்தானே செய்கின்றன.

பால்ய வயதைக் கடப்பதென்பது, ஒரு சிலருக்கு பூவரசமரத்தடியையும், சிமெண்ட்பெஞ்சுகளையும் கடந்து செல்லும் ரயில்வண்டிபோல கவிதைத்தனமாக இருக்கிறது. இன்னும் சிலருக்கு காற்றில் லயத்தோடு உதிரும் இலையைப் போல இயல்பாக இருக்கிறது. மிகப் பலருக்கு பென்சில் சீவும்போது உதிரும் மரச்சுருள்களைப்போல வலியுடன் இருக்கிறது.

மனம், ஒரு மாய சிலேட்டுப்பலகை. குழந்தைப் பருவத்தில் அதில் எழுதப்பட்டவற்றை மறுபடியும் அழித்து எழுத எந்தக் கோவை இலைகளும் கிடைப்பதில்லை. கனிகளுக்குள் முழு மரத்தின் சாரமும் அடங்கியிருப்பதைப் போல குழந்தைப்பருவத்தில்தான் நம் முழு வாழ்க்கையின் சாரமும் ஒளிந்திருக்கிறது.

சமீபத்தில் 'How To Erase Your Bad Childhood Memories?' என்ற புத்தகத்தைப் படித்தேன். கேத்தரீன் என்கிற ஜெர்மன் நாட்டு உளவியல் மருத்துவர், தான் சந்தித்த நோயாளிகள் குறித்தும், அவர்களுடன் நடத்திய உரையாடல்களைத் தொகுத்தும் எழுதியிருக்கும் புத்தகம் அது.

குழந்தைப்பருவத்தில் எல்லாருக்கும் சக மனிதர்களைப் பற்றியும் உறவுகளைப் பற்றியும் சில அபிப்பிராயங்கள் உருவாகியிருக்கும். இறக்கும் வரையிலும் அந்த அபிப் பிராயங்கள் இறக்காமல் நம்முடன் தொடர்ந்து வரும். சிலரை நாம் வாழ்க்கை முழுவதும் வெறுப்போம். சிலருடன் இன்னும் சிநேகமாக இருப்போம். முதலிரண்டு சித்தப்பாக்களைவிட மூன்றாவது சித்தப்பா பால்யத்தில் நம்முடன் சிரித்து விளையாடியதால் மனதுக்கு நெருக்க மானவராகத் தெரியலாம். சிறு வயதில் ஏதோ ஒரு நாய்க் குட்டி கடித்ததால் எல்லா நாய்கள் மீதும் விரோதம் வளர்ந் திருக்கலாம். எப்போதோ பார்த்த ரத்தம் அதற்குப் பின் எந்த ரத்தத்தைப் பார்த்தாலும் மயக்கத்தை உண்டாக்கலாம்.

கேத்தரீன், தன் புத்தகத்தில் நினைவின் ஆழ் அடுக்கு களில் பயணித்து நம் ஆளுமையின் வளர்ச்சியையும், சக மனித உறவுகளையும் சிதைக்கும் மோசமான ஒரு சில பழைய

ஞாபகங்களை அழிப்பதற்கான உளவியல் சூத்திரத்தைச் சொல்லித் தருகிறார். அந்தப் புத்தகத்திலிருந்து ஒரு சம்பவம்.

கேத்தரீனைப் பார்ப்பதற்காக வயதான இரு நோயாளிகள் வருகிறார்கள். நோயாளிகள் இருவரும் அண்ணன் தங்கை உறவு கொண்டவர்கள். இருவருக்கும் எழுபதுகளின் தொடக்கத்தில் வயது. கேத்தரீன் முதலில் அண்ணனை அழைத்து ஆழ்நிலை உறக்கத்தில் ஆழ்த்தி அவரது பிள்ளைப்பருவ நினைவுகளை வெளிக்கொண்டு வருகிறார்.

"எனக்கு எங்க அப்பாவை சின்ன வயசுல இருந்தே பிடிக்காது. ஏழு வயசு இருக்கும்போது நானும் என் தங்கச்சியும் சைக்கிள் கத்துக்கிட்டோம். கீழே விழுந்து ரெண்டு பேருக்கும் பயங்கர அடி. விஷயம் தெரிஞ்ச எங்க அப்பா பெல்டால அடிச்சார். அன்னைல இருந்து உலகத்துல முதல் எதிரி எங்க அப்பாதான். அவர் சாகுற வரைக்கும் அவர் மேல அந்தக் கோபம் இருந்துச்சு!" என்பது அண்ணனின் கூற்று.

அடுத்ததாக ஆழ்நிலை உறக்கத்திலிருந்து பேசத் தொடங்கும் தங்கை, "உலகத்திலேயே எனக்கு ரொம்பப் பிடிச்சது எங்க அப்பாதான். சின்ன வயசுல சைக்கிள்ல இருந்து கீழே விழுந்தப்போ எங்களை அடிச்சாரு. அப்பதான் அவரு எங்க மேல வெச்சிருக்கிற பாசத்தோட அழுத்தம் புரிஞ்சுது. அன்னைல இருந்து அவரை அதிகமா நேசிக்க ஆரம்பிச்சேன்!" என்கிறாள்.

ஒரே சம்பவம், பால்ய வயதின் இரண்டு சிலேட்டுகளில் வெவ்வேறு விதமாகப் பதிவாயிருக்கிறது.

பால காண்டம் ஒரு நதியைப் போன்றது. தண்ணீர் வற்றிவிட்டாலும் மணலுக்கடியில் அந்த நதி ஓடிக்கொண்டுதான் இருக்கும்!

டிஸ்கவரி புக் பேலஸ் வெளியீடுகள்

நா.முத்துக்குமாரின் படைப்புகள்

1. பட்டாம்பூச்சி விற்பவன் — ரூ.80
2. நியூட்டனின் மூன்றாம் விதி — ரூ.80
3. குழந்தைகள் நிறைந்த வீடு — ரூ.100
4. பச்சையப்பனிலிருந்து ஒரு தமிழ் வணக்கம் — ரூ.100
5. கிராமம் நகரம் மாநகரம் — ரூ.130
6. அ'னா ஆ'வன்னா — ரூ.120
7. கண்பேசும் வார்த்தைகள் — ரூ.140
8. பால காண்டம் — ரூ.90
9. என்னைச் சந்திக்க கனவில் வராதே — ரூ.60
10. நினைவோ ஒரு பறவை — ரூ.200
11. நா.முத்துக்குமார் கவிதைகள் — ரூ.400

நா.முத்துக்குமாரின் இந்த 11 புத்தகங்களின் விலை ரூ.1500

மொத்தமாக வாங்கினால் ரூ.1300 மட்டும்